திராவிட மதம்

பெரியாரின் கனவு

Dr. வேதா

ISBN 979-8-88975-912-6

பெரியாரின் போர்வாள் எம்.ஆர்.ராதா

பெரியாரின் கொள்கைக்காகவே தன்னை அர்ப்பணித்து பெரியார் பிறந்த அதே செப்டம்பர் 17ல் மறைந்துப் போன மாபெரும் நடிகர் பெரியாரின் போர்வாள் தெய்வத்திரு எம்.ஆர்.ராதா அவர்களின் 116' வது பிறந்தநாள் *14/04/2023* அன்று **திராவிட மதம் – பெரியாரின் கனவு** நூல் வெளியீட்டு விழா!

நூல் ஆசிரியர்

திராவிட மதம், பெரியாரின் கனவு!

Dr. வேதா, Editor in Microstat, New Delhi

நூல் ஆசிரியரின் அறிமுகம்

*Dr.*வேதா *Judicial Journalist* அவர்கள் தமிழக முன்னாள் முதல்வர் புரட்சித்தலைவி அம்மா *Dr.* ஜெ. ஜெயலலிதா அவர்களின் வழக்கில், பதினெட்டு மாதங்கள் கிடப்பில் கிடந்த வழக்கில் வாதாடி அப்போலோ ஸ்டேவை உடைத்து, ஆறுமுகச்சாமி கமிஷனுக்கு உயிர் தந்தவன் இந்த அடியேன் தான், சான்றுகள்:-

(Diary No:- 13134/2019, Intervenor Advocate – Anoop Prakash Awasthi, Application No:- 75509/2020, 75510/2020, 75514/2020, Filled - 11/08/2020, Judgement On:- 30/11/2021)

2G ஸ்பெக்ட்ரம் வழக்கில் *CAG* பக்கங்களில், 1,76,000 கோடிக்கு உண்டான ரசீது எங்கே? என டெல்லி உயர் நீதிமன்றத்தில் வழக்கு தொடுத்ததும், மேலும் திமுக வின் *தமிழ்நாடு பட்ஜெட் ஸ்காம் 1.62 லட்சம் கோடி 2023* வழக்கு. பதினெட்டு மாதம் கிடப்பில் கிடந்த அம்மா வழக்கு மட்டுமல்லாமல், பதினெட்டு தொகுதி தேர்தலை நடத்தக்கோரி வழக்கும் தொடுத்தது இந்த அடியேனே, *(Case No:- WP (MD) No:- 252/2019)* திருவாரூர் 2019 சட்டமன்ற தேர்தலில் மத்திய அரசாங்கத்தின் அனுமதி பெறாமல் தேர்தலை ரத்து செய்தது தவறு என தேர்தல் ஆணையம் மேல் வழக்கு, *(Case No:- WP(MD) No:- 1178/2019).*

இப்படி அரசாங்கத்தையும், அரசியல்வாதிகளையும் எதிர்த்து இந்தியா முழுவதும் 94 வழக்குகளில் 20 மாநிலத்துக்கும

குடைச்சல் கொடுத்து தொல்.திருமாவளவன் அவர்களையும் இந்து பெண்கள் விபச்சார வழக்கில் எதிர்த்ததும் இந்த அடியேன் தான். மேலும் 2005 வரை தமிழ்நாட்டில் உள்ள பாழடைந்த கிடந்த பழம் பெருமை வாய்ந்த கோவில்களை கண்டறிந்து, சுமார் 80 கோடி ரூபாய் வரை நிதி திரட்டி 174 கோவில்களை புணரமைக்கும் பணிகளையும் மேற்கொண்டவனும் இந்த அடியேன்தான். சமூகசேவைக்கான 2005 ல் அன்னை தெரேசா விருது, 1994 பொது அறிவுத்திறன் தேர்வில் பங்கேற்றமைக்கான 'Unicef Award' ஆகியவற்றை பெற்றது மட்டுமல்லாமல் 165 நாடுகளிலும் பாஜக அலுவலகமும் கூடிய தொண்டர்களும் இருக்கிறார்கள், ஆனால் பிரதமர் மோடி அவர்களின் முகத்துடன் கூடிய படத்தை வேதா பேரவை சார்பாக அறிமுகப்படுத்திய புகழின் முன்னோட்டம் தான் 12 மணி நேரத்தில் 15 லட்சம் #Vedhaperavai twitter ல் டிரெண்ட் செய்ததும் மோடி அரசின் திட்டங்களை உடனே அழித்தது டிவிட்டர் எந்த தேதியில் டிவிட்டர் அழித்ததோ, அதே தேதியில் அடுத்த ஆண்டு Twitter க்கு சட்டம் இயற்றியது இந்திய அரசாங்கம், அப்படிப்பட்ட சட்டத்துக்கு விதைபோட்டவனும் இந்த அடியேன் தான். மேலும் சட்ட ஆய்வாளர் அல்லாமல், உலகத்தில் உள்ள 150 மொழிகளிலும் ஆராய்ச்சி மேற்கொண்டு, வரலாற்று ஆய்வாளர், பொருளாதார ஆய்வாளர், ஜோதிட ஆய்வாளர், பன்முக ஆய்வாளராக இருந்தாலும் **கலைஞர்** அவர்களால் வள்ளுவர் கோட்டம்...... 14/02/2009 ல் **கவிஞர் வேதா** பட்டத்தையும் பெற்று, ஓர் **திராவிட ஆய்வாளராக** "**திராவிட மதம் - பெரியாரின் கனவு**" என்ற நூலை திராவிட போர்வாள் தெய்வத்திரு. **எம்.ஆர்.ராதா** அவர்களின் பாதத்தில் சமர்ப்பிக்கிறேன்.

திரை கடல் ஓடியும் திரவியம் தேடு, ஆனால் திராவிடத்தை தேடாதே!

திரவியம் நிறைந்த இடம் தான் திராவிடம், திரவியத்தில் உண்டான சிசு – திராவிட சிசு, என்றார்கள். மனுதர்மத்தை கடைப்பிடிக்காத ஸ்ரீ இராமானுஜர், ஆனால் அதே மனுதர்மத்தை நடைப்படுத்தியது ஆங்கிலேயர்கள், ஆனாலும் கூட அம்பேத்கர் எழுதியதனாலோ, அரசியலமைப்பு சட்டமே தீட்டாகி விட்டதாப் பெரியாரே? தமிழர்கள் தன் வீட்டு காளை பசுமாடுகளுக்கே கலப்பு திருமணம் செய்ய வைக்காதவர்கள், எப்படி தன் வீட்டுப் பிள்ளைங்களுக்காக கலப்பு திருமணத்தை நடத்தி வைப்பாங்களாப் பெரியாரே?

கிருஷ்ணர் என்ன தேரோட்டி ஜாதியில் பிறந்தாரா, தன் குலத்தொழில் செய்ய?

சங்க காலத்தில் இருந்தே தமிழர்கள் வழிபட்ட குலதெய்வம் தான் மோடி, அப்போ சங்கத் தமிழர்கள் எல்லாம் சங்கியாப் பெரியாரே?

பொருளடக்கம்

1. திரேதா யுகத்தில் தோன்றிய திராவிடம்!....................13

2. மனுதர்மத்தை கடைப்பிடிக்காத ஸ்ரீ ராமானுஜர்!...........17

3. திராவிடத்தின் அதர்மம் மனுதர்மம்!....................19

4. திராவிடப் பாவாணரா... பெரியார்?....................21

5. திராவிட மதம் கொண்ட எம்ஜிஆர்!....................25

6. காசித் துறவிப் பெரியார்!....................27

7. அரசியலமைப்புச் சட்டத்தை எரித்தப் பெரியார்!...........31

8. மொழிப்போர் குற்றவாளிப் பெரியார்!....................37

9. தமிழர் சான்றிதழ் வழங்கிய வட்டாட்சியராப்
   பெரியார்?....................44

10. திருக்குறள் பெரியார் போட்ட பிச்சையா?....................47

11. கீதையின் மறுபக்கம் தான் பெரியார்!....................49

12. பெரியார் - பன்றிக்கு பூணூல் போட்டாரா?....................51

13. கடவுளை ஒழிக்க அனைத்து சாதி அர்ச்சகராப்
    பெரியாரே?....................55

14. தமிழ் எழுத்துச் சீர்திருத்தம், ஏன் பெரியாரே?..................58

15. யுனெஸ்கோ போர்வையில் பெரியார்!....................60

16. திராவிடர்கள் என்றால் சூத்திரன்!....................65

17. தமிழ் புத்தாண்டைப் புதைத்த பெரியார்!....................70

18. பெரியார் - புரட்சிக் கலப்பு திருமணம்!....................77

19. தந்தை பெரியார் தலைமையில் குழந்தை திருமணம்!....84

20. பெரியாரின் பெண் விடுதலை?....................86

21. பெரியார் – இந்து மத பண்டிகைகள்! 88

22. பெரியார் – பிள்ளையார் சிலை உடைப்பு! 97

23. டெஸ்ட் டியூப் பேபி – பெரியார்! 100

24. வேத ஆபாசமும் பெரியாரிஸ்ட்டும்! 101

25. சமஸ்கிருத சனியனாப் பெரியார்! 103

26. சம்பூகன் வதம் செய்த பெரியார்! 107

27. திராவிட நாடு எதுப் பெரியாரே? 109

28. பார்ப்பானும் தமிழன்தான் பெரியாரே! 112

29. தமிழ்நாட்டு எல்லைச்சாமியா பெரியார்? 116

30. மொழிவாரிப் பிரிவினையா பெரியாரே? 118

31. கிராமங்கள் ஒழிய வேண்டுமாப் பெரியாரே? 120

32. வகுப்புரிமைக் கிளர்ச்சிக்கு, பெரியாரா? 123

33. சமதர்ம சங்கியாப் பெரியார்? 129

34. சுதந்திரப் புரளியாப் – பெரியார்? 133

35. பெரியாரை தாக்கிய கலைஞர்! 137

36. நாம் எந்த விதத்தில் தேசத்துரோகிகள்?
ஈ.வெ. ராமசாமி நாயக்கர்! 143

37. பெரியார் தேசியவாதியாகி விட்டார்! 147

38. நாயக்கர் மகன் பெரியார்! 149

39. பெரியாரின் திராவிட மாடல்? 151

40. இந்தியர்கள் ஹிந்துக்கள் அல்ல? 162

41. முத்தலாக் – பெரியாரின் மௌனம்? 167

42. ஹிஜாப் பற்றி பெரியார்! 170

43. ஒன்றிய அரசு திராவிட அகராதியா? 176

44. ஈழத்தை ஏலம் விட்ட ஈ வெ. ரா! 179

45. சோழர்களின் குலதெய்வம் மோடி! 183

திரேதா யுகத்தில் தோன்றிய திராவிடம்!

சங்க இலக்கியத்தில் பல நாடு உண்டு, ஆனால் திராவிட பெயரில் ஒரு வார்டு கூட உண்டா? கோவில் கருவறையில் இருந்த மொழி சமஸ்கிருதம் என்றால், திராவிட கருவறையில் பிறந்த மொழியும் சமஸ்கிருதம் தான், ஏன் என்றால்? திரேதா யுகத்தில் தோன்றிய திராவிடம் என்ற சொல் தமிழ் சொல் அல்ல... பெரியாரே!

வேதத்தில் கிருஷ்ண யஜூர் வேதம் 4.4.5 திராவிடப் பாடல்:-

"திராவினோதா ந்த்வா திராவிணே சாதயாமி!

த்வா வர்ச்சசி வர்ச்சசி த்வா த்வா வர்ச்சசி

திராவினோதா திராவினோதாம் வர்ச்சசி த்வா,

த்வா வர்ச்சசி திராவினோதாம்! வர்ச்சசி திராவினோதா

திராவினோதாம் வர்ச்சசி வர்ச்சசி

திராவினோதா ந்த்வா த்வா

திராவினோதாம் வர்ச்சசி வர்ச்சசி

திராவினோதா ந்த்வா திராவினோதா ந்த்வா த்வா

திராவினோதா ந் திராவினோதா ந்த்வா திராவிணே

திராவிணே த்வா திராவினோதா ந்

திராவினோதா ந்த்வா

திராவிணே திராவிணே த்வா திராவினோதா ந்

திராவினோதா ந்த்வா திராவிணே!

திராவினோதா மிதி திராவின் ஹேதாம்,

த்வா திராவிணே திராவிணே த்வா த்வா திராவிணே

சாதயாமி சாதயாமி திராவிணே த்வா த்வா திராவிணே

சாதயாமி திராவிணே சாதயாமி திராவிணே சாதயாமி

திராவிணே திராவிணே சாதயாமி, தேன் தேன் சாதயாமி

திராவிணே திராவிணே சாதயாமி தேன்''.

இப்படி கிருஷ்ண யஜூர் வேதத்தின் கிளை தான் தென்னிந்தியா, அதனால் தான் தென்னிந்திய பார்ப்பனர்களை மேற் குறிப்பிட்ட திராவிடப் பாடல் வரிகளால் திராவிட பட்டம் பெற்று பிற்காலத்தில் பஞ்ச திராவிட பார்ப்பனர்கள் தன்னை அறிமுகப்படுத்திக் கொண்டார்கள். வடநாட்டு பார்ப்பனர்கள் தென்னிந்திய பஞ்ச திராவிட பார்ப்பனர்களின் வாழ்ந்த நாட்டையே திராவிட நாடு என்ற வரைபடத்தில் வரையறை செய்துக் கொண்டார்கள், அதேப் போலத்தான் ஷூக்ல யஜூர் வேதத்தின் கிளை தான் வடஇந்தியா, அதனால்தான் ஆரிய பார்ப்பனர்கள் வாழும் நாடு ஆர்யாவர்த்தா என்னும் ஆரிய தேசம் என வரைபடத்தில் வரையறை செய்துக் கொண்டார்கள்.

ஆனால் திருக்குறளில் இல்லாத திராவிடம், திருக்கயிலாயத்தில் ஆதிசங்கரர் அவர்களால் இயற்றிய "சௌந்தர்யலஹரி" திருப்பாடலில் உதித்து இன்று உதய சூரியன் கொண்டவர்கள் தான் இதைக் கொண்டாடுகிறார்கள்...அப்போ இது தான் **திராவிடத் திருவிளையாடலா?**

"ஸெளந்தர்ய லஹரி" 75'வது பாடல்...

"தவஸ் தந்யம் மந்யே தரணி தற்கண்யே இருதய தஹ பயஹ பாரா வாரஹ பரிவஹத்தி சாரஸ்வத் மிவ்!

தயா வத்யா தத்தம் **"திராவிட சிசு"** ராஸ் வாத்ய தவ் யத்கவினாம் புரௌடானா மஜனி கமணியஹ கவியதா".

திராவிட சிசு என்றால், திரவியத்தில் உண்டான சிசு- திராவிட சிசு ஆனார்கள். எப்படி என்றால்? சிவன் நெற்றிக்கண்ணில் இருந்து திரவியம் வெளியிட, அந்த திரவியத்தில் வெளியிட்ட முதல் திராவிட சிசு தமிழ் கடவுள் முருகன் என்றாலும், அதேப்போல ஆதிசங்கரர் தன்னை திராவிட சிசு என அறிமுகப்படுத்திக் கொண்டார். திராவிட சிசு ஆதிசங்கரர் "அத்வைத்த வேதாந்தா" ஆரம்பித்தார்... பரிணாம வளர்ச்சியில் டெஸ்ட் டியுப் பேபி யாக "அத்வைத்த நந்தா சபையும்" 1876 ல் பண்டிதர் அயோத்திதாசர் அவரால் தோன்றி......திராவிட இனக்கீற்று DNA அமிலமாகத்தான் **"திராவிட மகாஜன சபையும்"** 1/12/1891 ல் தொடங்கப்பட்டது. ஆனால் பார்ப்பனர்களின் எதிர்ப்புக்கு பிறகு 1892 ல் அதை **ஆதிதிராவிடர் மகாஜன சபை** என்ற பெயரை மாற்றிக் கொண்டார்கள். அதனால் தான் திராவிட இயக்கம் உருவாக விதிதிட்ட முன்னோடிகளில் முதன்மையானவர் தான் பண்டிதர் அயோத்திதாசர். தீண்டாமை ஒழிக்க மகாத்மா காந்தி எப்படி காந்தி பட்டம் பெஃரோஸ் காந்திக்கு கொடுத்து இந்திரா காந்தியை தத்தெடுத்தாரோ, அதேப்போலத் தான் பார்ப்பனர்களின் திராவிட பட்டத்தை ஒழிக்க ஆதிதிராவிடர் பட்டத்தை தத்தெடுத்தார்கள். ஏன் என்றால்? இந்த பகைமை இன்று நேற்று அல்ல...ஆதிகாலத்தில் நடந்த காதல் கதை தான் காத்தவராயன் – ஆரியமாலா.

காத்தவராயன் பறையர் பிராமணப் பெண்ணான ஆரியமாலாவை காதல் திருமணம் செய்த தண்டனைக்காக காத்தவராயன் பறையர் கழுவேற்றப் பட்டதால் கழுமரமே காத்தவராயனாக வழிப்பாடு ஸ்தலமாக பூஜிக்கப் படுகிறது... அந்த வழியில் வந்த வலி தான் பார்ப்பனர்களின் திராவிட பட்டத்தை ஒழிக்க ஆதிதிராவிடர் பட்டத்தை ஒலித்தார்கள்.

அந்த காத்தவராயன் பறையர் பார்ப்பனப் பெண்ணோடு வாழப் பார்த்தார், இந்த காத்தவராயன் பறையர் பார்ப்பனராக வாழப் பார்த்தார், அதனால்தான் காத்தவராயன் பறையர் என்னும் பண்டிதர் அயோத்திதாசர் ஆனார், அதுவும் தன்னுடைய குருவின் பெயராக அயோத்திதாசர் ஓர் பண்டிதராக வாழ்ந்தார்...பண்டித் என்றால் வடமொழியில் பார்ப்பனர் என்ற பொருளாகும்.

எப்படி வரம் தந்த சிவன் தலையிலே கை வைக்க துடித்தானோ பஸ்மாசுரம்...அப்படித்தான் திராவிடம் வரம் தந்த பார்ப்பனர்கள் தலையில் கை வைக்க துடிக்குது பெரியாரிசம்!

பார்ப்பனர்கள் தான் ஆதிதிராவிடர் தவிர பறையர்கள் அல்ல... பெரியாரே? ஆதிதிராவிடர்களின் தாய் மதம் பௌத்தம் என்றும் அடிக்கடி விடுதலை சிறுத்தைகள் கட்சியின் தலைவர் தொல்.திருமாவளவன் அவர்கள் தம்பட்டம் அடிப்பார், அப்படி என்றால் **பௌத்த மதத்தில் உள்ள ஆர்யா அஷ்டாங்க மார்க்கத்தை பின்பற்றுபவர்களா ஆதிதிராவிடர்கள்?**

திராவிட மகாஜன சபை தோன்றிய *1891* காலத்தில் தான் **தமிழ்த்தாய் வாழ்த்து** பாடலில் திராவிட நல் திருநாடும் எழுதப்பட்டது, ஏன் என்றால்? **பார்ப்பனரல்லாத அயோத்திதாசரும் மனோன்மணியம் சுந்தரனாரும் இரண்டு பேரும் அத்வைத வேதம் பயின்றவர்கள்**...அந்த அத்வைத தந்த திராவிட சிசு என்ற சொல்லை இரண்டு பேரும் தத்தெடுத்தார்கள், ஆனால் இவர்கள் தத்தெடுத்த திராவிடம் மனுதர்மத்தை தடை செய்தது ஆனால், மனுதர்மம் வேதம் பயில ஒருபோதும் சூத்திரர்களுக்கும் தடையாக இருந்தது இல்லை பெரியாரே? ஏன் என்றால்?

அத்வைத வேதம் தான் அனைத்து ஜாதியினர் அர்ச்சகராக விதை போட்டது தவிர திராவிடம் ஒருபோதும் அல்ல பெரியாரே!

* * *

மனுதர்மத்தை கடைப்பிடிக்காத ஸ்ரீ ராமானுஜர்!

பெரியார் – ஆங்கிலோ இந்தியர்கள் எப்படியோ அதேப்போலத்தான் இந்நாட்டு பார்ப்பனர்களும்...நம்மைக் கீழ் ஜாதிகளாக அடிமைகளாக மதித்து நடத்துகிறார்கள்!

(குடி அரசு, 29/5/1949)

வேதா - அந்தணரல்லாத திருக்கச்சி நம்பி ஒருவரைத் தனது ஆசானாக ஏற்றவர் ஸ்ரீ ராமானுஜர், அப்போ அவர் மனுதர்மத்தில் உள்ள வர்ணாஸ்ரமம் தர்மத்தை கடைப்பிடிக்க வில்லையா? என பகுத்தறிவு பச்சோந்திகளால் கேள்வி எழுப்பப் படலாம், ஆனால் அந்த மகான் ஸ்ரீராமானுஜர் எல்லாம் அறிந்தவர் தானே...

"எல்லா உயிருக்கும் பிறப்பு ஒன்றுதான், உயர்ந்தவன் யார்? தாழ்ந்தவன் யார்? மேலகுலத்துவர் யார்? கீழ் குலத்தவர் யார்? பிறப்பினால் உயர்வோ, தாழ்வோ கூறக்கூடாது" என்று கூறி, *Article 15* க்கு விதை போட்டு ஆழ்வார்கள் பூமியில் இயற்றிய சமூக நீதியைத்தான் அம்பேத்கர் அவர்களால் அரசியலமைப்பு சட்டத்துக்கே பறைசாற்றப்பட்டது. பிறப்பினால் உயர்வோ, தாழ்வோ கூறக்கூடாது என்று கூறி...எதிர்ப்பையும் மீறித் தாழ்த்தப்பட்ட, தீண்டாத குலத்துவர்க்கு "திருக்குலத்தார்" எனப் பெயரிட்டு வாழ்த்தித் தானே முன் நின்று அவர்களைத் திருநாராயணப்புரம் கோயிலுக்குள் அழைத்துச் சென்று தலித்

மக்கள் ஆலயப் பிரவேசத்தை இந்தியாவில் முதன் முதலில் துவக்கி வைத்த பெருமையும் ஸ்ரீ இராமானுஜரையே சாரும்.

மேலும் தொண்டனூர் ஏரியை அமைத்து அனைத்து மக்களும் வேறுபாட்டின்றி நீர் எடுக்க வழிவகுத்தது மட்டுமல்லாமல் 12,000 பக்தர்களுக்கு சமபந்தி போஜன வைபவத்தை அந்நாளிலேயே நடத்திக் காட்டி ஜாதி பிரச்சனையையும் தீர்த்து வைத்தவர் ஸ்ரீ இராமானுஜர் அவர்கள் தான்...

மேலும் தன் குருவான பெரியவர் திருக்கோட்டியூர் நம்பி சொல்லை மீறி கோபுரம் மீது ஏறி நின்று ஊர் மக்களிடம் மந்திரப் பொருளை எடுத்துக் கூறினார், இதனால் குரு கோபமடைந்து 'சத்தியத்தை மீறிய நீ நரகம் புகுவாய்' என்று கூறினார்.

நான் ஒருவன் நரகம் சென்றாலும் ஆயிரக்கணக்கான மக்கள் வைகுண்டம் செல்வதே எனக்கு மகிழ்ச்சி என்று ராமானுஜர் தன் குருவிடம் இதை கூறினார்.

ஆபாசப் புராணம் படிக்காமல் பெரியார்......ஸ்ரீ ராமானுஜர் வரலாற்றை படித்திருந்தால் இந்த வார்த்தையை பதிவு செய்திருக்க மாட்டார்...... ஆங்கிலோ இந்தியர்கள் எப்படியோ அதேப் போலத்தான் இந்நாட்டு பார்ப்பனர்களும்...நம்மைக் கீழ் ஜாதிகளாக அடிமைகளாக மதித்து நடத்துகிறார்கள்!

* * *

திராவிடத்தின் அதர்மம் மனுதர்மம்!

பெரியார் - ஒரு குலத்துக்கொரு நீதி சொல்லும் மனு தர்மத்தை எரிக்க வேண்டாமா?

(குடி அரசு இதழ் 4/12/1927)

வேதா - மனு தர்மத்தை பற்றி உண்மை அறிய வேண்டும் என்றால், ஷாங்காய் போர் 1932 (ஜனவரி 28 முதல் மார்ச் 3 வரை) நடைபெற்ற சம்பவத்தை பார்ப்போம். அதில் *Dajing Ge Pavilion Wall* என சீனாவில் உள்ள வரலாற்று சின்னமாக திகழும் ஷாங்காய் சுவற்றில் ஜப்பான் படையால் குண்டு வீசப்பட்டது, வீசப்பட்டதில் சுவற்றில் மறைக்கப்பட்ட இரும்பு பெட்டியில் உள்ள ஓலைச்சுவடிகள் தென்பட்டது. ஆராய்ச்சியாளர் *Sir Augustus Fritz* மூலம் இந்த பெட்டியை *British* மியூசியம் என்ற கருவூலத்தில் சேமித்து விட்டார்கள், மேலும் இதை *Prof. Anthony Graeme* ஆய்வு மேற்கொள்ளும் போது ஓர் அதிர்ச்சி தகவல் மனுஸ்ம்ருதி என்னும் மனுதர்மத்தை பற்றி அறியாத தகவல்கள் வெளிவந்தது.

அதில் மூன்றாம் நூற்றாண்டிலியே பௌத்த துறவிகளால் மனுதர்மத்தை சீனாவுக்கு கொண்டு வரப்பட்டது, ஆனால் அதே *213 BC* காலத்தில் *Qin* வம்சத்தின் பேரசராக *Qin Shi Huang (18Feb 259 BC – 10 Sep 210 BC)* பௌத்த மதத்தை அழிக்க முயற்சிக்க போது தான் இந்த மனுதர்மத்தை

ஷாங்காய் சுவற்றில் மறைத்து விட்டார்கள். மேற்கொள்ளும் ஆய்வாளர்கள் கூற்றுப்படி 12,234 ஆண்டுகளுக்கு முன்பே மனு சித்தரால் 630 பாடல்கள் தான் மனுதர்மத்தில் எழுதப்பட்டது, ஆனால் இன்றோ உள்ள மனுதர்மத்தில் 2,685 பாடல்கள் வரை தென்படும். அப்போ மனுதர்மத்தில் 2055 பாடல்கள் திராவிடத்தால் திணிக்கப்பட்டதா? அல்லது பெரியார் போன்ற பகுத்தறிவு பாக்ட்ரியாக்கள் மூலம் வருணாஸ்ரமம் நோயை பரப்ப விடப்பட்டதா? அதனால் தான் பெரியார் சுயமரியாதை இயக்கம் சார்பில் மனுதர்ம சாஸ்திர நகல் எரிப்பு போராட்டம் 4/12/1927 ல் நடைப்பெற்றது. அதன் தொடர்ச்சியாகத் தான் 25/12/1927 ல் அம்பேத்கர் அவர்களும் மனுதர்மத்தை எரித்தார்.

மனுதர்ம சாஸ்திர நகல் எரிப்பு போராட்டத்தில் திராவிடத்தால் திணிக்கப்பட்ட 2055 பாடல்களை பெரியார் எரித்தாரே தவிர அசல் 630 பாடல்களைக் கொண்ட மனுதர்மத்தை அம்பேத்கர் அவர்களால் கூட நெருங்க முடியவில்லை.

* * *

திராவிடப் பாவாணரா... பெரியார்?

பெரியார் – திராவிடர் என்ற பெயருக்கு ஆதாரம் தேடவேண்டிய அவசியமேயில்லை, முதல் வகுப்பு சரித்திரப் பாடம் முதல், பெரிய வரலாறுகள் வரையில் எல்லா நூல்களிலும் இதற்கு ஆதாரமிருக்கிறது, பழக்க வழக்கங்களிலும் ஆதாரமிருக்கிறது, கலாச்சாரங்களிலும் பல ஆதாரங்கள் இருக்கின்றன. ஆகையால், இனிமேல் திராவிடர் என்று நம்மையும், திராவிடரல்லாதார் அல்லது ஆரியர் என்று பிராமணரையும் சர்க்கார் ரிக்கார்டுகளில் குறிப்பிட வேண்டும். கிறிஸ்தவர், ஷெட்யூல்டு வகுப்பார், முஸ்லிம்கள் ஆகியோரும் திராவிடர் என்ற பிரிவில் சேருவார்களே... என்று சிலர் கேட்கலாம். ஆமாம் உண்மைதான்! அப்படியானால் இப்போதுள்ள பிராமணரல்லாதார் என்ற பிரிவில் மட்டும் இவர்கள் சேர்க்கப்படக் காணோமே! ஆகையால், தனி இனம் என்ற பொதுப் பிரிவில் இவர்கள் எல்லோரும் திராவிடர் என்பதே சரியென்றாலும் உத்தியோகம், கல்வி, தேர்தல் ஆகிய எல்லாத் துறைகளிலும், இப்போது யார், யார் பிராமணரல்லாதார் என்ற பிரிவின் கீழ் வருகிறார்களோ, அவர்கள் எல்லோரும் திராவிடர் என்ற பெயராலேயே அழைக்கப்பட வேண்டும். இவ்விஷயம் கட்சி வேற்றுமையில்லாத ஒன்றாகையால், காங்கிரஸிலுள்ள திராவிடத் தோழர்களும், திராவிட மந்திரிகளும் இதை உடனே கவனித்து, நம்மைத் திராவிடர் என்ற பெயரால்

குறிப்பிடும்படி உத்தரவு பிறப்பிக்குமாறு வற்புறுத்த வேண்டுகிறோம்.

(விடுதலை தலையங்கம் 18/9/1946)

தேவநேய பாவாணர் - மொழி ஞாயிறு தேவநேயப் பாவாணர் அவர்கள் மிகச்சிறந்த தமிழறிஞரும் மேலும் 40 க்கு மேலான மொழிகளின் சொல்லியல் புகளை கற்றவரே...திராவிடம் என்றால் என்ன? தனது நூலான 'திராவிடத் தாய்' பக்கம் **8** ல் கூறுகிறார், 'வடநாட்டு ஆரியநூல்களில் திராவிடம் என்னும் சொல் முதலாவது திரமிளம் என்றே வழங்கி வந்தது. மூகரம் வடமொழியில் இல்லை. சில உயிர்மெய் முதல்களை ரகரஞ் சேர்த்து த்ர, ப்ர, எனப் புணர் எழுத்துகளாகத் திரிப்பது வடநூலார் வழக்கம் எடுபடி – ப்ரதி, பவளம் – ப்ரவளம், இதனால் தமிழம் என்னுஞ் சொல் த்ரமிளம் எனத் திரிந்தது இயல்பே. பின்பு அது நாளடைவில் த்ரமிடம், த்ரவிடம், எனத்திரிந்தது. **ள ட ம வ** போலி, திராவிடம் என்பது மெய்ம் முதலாதலின் தமிழில் திராவிடம் என்றாகிப் பின்பு திராவிடம் என நீண்டு வழங்குகின்றது. எனத் தமிழம் என்பதே த்ரமிளம் திராவிடம் எனத் திரிந்ததாக' குறிப்பார்...

(திராவிடத் தாய் – நூல்)

வேதா - திராவிடர் என்ற பெயருக்கு ஆதாரம் தேடவேண்டிய அவசியமேயில்லை...ஏன் என்றால்? பார்ப்பனர்களின் ஜாதி தான் திராவிடர்...பெரியாருக்கு பார்ப்பனர்களும் பிடிக்காது, ஜாதியும் பிடிக்காது...அப்போ எப்படி பார்ப்பனர்களின் ஜாதி திராவிடர் என்ற ஆதாரத்தையும் பிடிக்கும் பெரியாரே? திராவிடம் தான் திரமிளம் என்னும் சொல் வடநாட்டு ஆரிய நூல்களில் இருந்தது, ஆனால் திராவிடம் என்னும் சொல் தமிழ் சங்க இலக்கிய நூல்களில் இருந்ததா? அப்படி இருந்திருந்தால், 40 க்கு மேலான மொழிகளின் சொல்லியல் புகளை கற்ற தேவநேயப் பாவாணர் அறிஞரால கூட

திராவிடம் என்னும் சொல்லை ஆய்வுக்குட்பட தமிழ் சங்க இலக்கிய நூலை மேற்கொள் காட்ட முடியவில்லையே... மேலும் தன் திராவிடத் தாய் என்னும் தமிழ் நூலில் கூட வடநாட்டு ஆரிய நூல்கள் தான் சான்றாக சமர்பித்தாரே தவிர ஒரு தமிழ் சங்க இலக்கிய நூலால் கூட திராவிடத்திற்கு சான்றிதழ் வழங்க முடியாமப் போய் விட்டதே பெரியாரே...

திராவிடம் என்றால் என்ன? என கீற்று தோழர் ஹரிஹரன் அவர்கள் பதிவு செய்கிறார், (தோழர் மணியரசன் அவர்களின் பெரியார் குறித்து அவதூறுகளுக்கான பதில் *20/02/2015). 1705* ம் ஆண்டு பிறந்து *1742* ல் மறைந்த தாயுமானவர் சாமிகள் திராவிடம் என்ற வார்த்தையை தனது பாடலில் உபயோகிக்கிறார், அந்த பாடலின் வரிகளோ, "வடமொழியிலே வல்லா னொருத்தன் வரவும் **தராவிடத்திலே** வந்ததா விவகரிப்பேன்". வல்ல தமிழ் அறிஞர்வரின் அங்ஙனே! வடமொழியின் வசனங்கள் சிறிதுபுகல்வேன்". (இந்த பாடலில் திராவிடம் என்ற சொல்லை தமிழுக்கு நிகராகவே பயன்படுத்துகிறார்). பாவாணர் பதிவில் கூட திராவிடம் பாவனை பிரதிபலித்தது......

ஆனால் தாயுமானவர் பாடலில் திராவிட பற்றி எந்த பதிவும் இல்லையே தோழா? ஏன் என்றால் "**வரவும் தராவிடத்திலே**" என்றால் **தரவுகள் இடத்திலே வந்தா விவாதம் செய்வேன்** அதுவும் வடமொழியில் வல்லவன் ஒருவன் தரவுகளை கொண்டு வந்தால் விவாதிப்பேன் வல்ல தமிழ் அறிஞர்களின் புகழை அங்கேயே வடமொழியில் சிறிது எடுத்து கூறுவேன்; அதுவும் தாயுமானவர் வல்ல தமிழ் அறிஞர்கள் பாடினாரே தவிர திராவிட அறிஞர்கள் ஒருபோதும் குறிப்பிடவில்லை, ஆனால் **திராவிட கட்சி** மட்டும் தராவிடத்திலே உள்ள சொல் **திராவிடத்திலே...அதுவும் புள்ளி போட்டு திராவிட ரோடு போட்டு விட்டாலும் கூட தமிழை ஒருப்போதும் திராவிடத்தால் பைபாஸ் பண்ண முடியாது பெரியாரே!**

உங்கள் விவாதப்படி பார்த்தாலே, வடமொழியில் வல்லவன் ஒருவன் வருவான் என்றால் தமிழிலே சிறப்பு அதற்கு முன்பே வந்து விட்டது. அப்படி வடமொழியில் திரமிளம் ஒருவன் வருவான் என்றால் தமிழிலே திராவிடம் சிறப்பு அதற்கு முன்பே வந்து விட்டதா தோழரே?

* * *

திராவிட மதம் கொண்ட எம்ஜிஆர்!

திராவிட மதம் நூல் தோன்றிய காலத்தில் திராவிடர் கழகம் தோன்றவில்லை. அயோத்திதாசர் மறைந்த காலத்தில் தான் திராவிட மதம் நூல் 1914 தோன்றியது. இந்த நூல் சென்னை பண்டிதை ஸ்ரீ மதி. கா. அலர்மேன்மங்கை அம்மாள் அவர்களால் மூன்றாவது சைவ மஹா சங்கத்துக்காக எழுதப்பட்டது. அதில் உள்ள குறிப்பு, **மதம் உலகத்தில் எதுவோ தெரியவில்லை... அம்மதமே திராவிட மதம்.** பழங்காலத்தில் கடவுள் தன்மையை நன்குணர்ந்த திராவிடரைப் போல வேறொருவரும் உணர்ந்திருக்கவில்லை என்று சொல்லலாம், அதனால்தான் பெரியார் இந்த திராவிட மதம் நூலை பற்றி எங்கேயும் குறிப்பிடவில்லை. ஆனால் மக்கள் தொகைக் கணக்கெடுப்பின்போது, முன்னாள் முதல்வர் எம்ஜிஆர் தன்னுடைய மதம் என்கிற இடத்தில் **இந்து** மதம் அல்ல, **திராவிட மதம்** என்று குறிப்பிட்டிருந்தார். பெரியார் நூற்றாண்டு விழாவை எம்ஜிஆர் மிகச் சிறப்பாக அரசின் சார்பில் ஓர் ஆண்டு முழுக்க கொண்டாடினார்.

பெரியார் முன்மொழிந்த எழுத்துச் சீர்திருத்தத்தை ஏற்று அரசாணை பிறப்பித்தார். ஈரோட்டிற்கு பெரியார் மாவட்டம் என்று பெயர் சூட்டினார். மாவட்டந்தோறும் பெரியார் நினைவுச்சுடர் என்ற நினைவுச் சின்னத்தை அமைத்தார். பெரியார் பொன்மொழிகள் என்ற நூலுக்கு இருந்த தடையை நீக்கினார் எம்ஜிஆர் ஆனால் பெரியார் அறக்கட்டளைக்கு தடை விதிக்க கோரி எம்ஜிஆரின் ஆட்சி தான் வழிவகுத்தது.

(சான்று வழக்கு – Periyar Self Respect Propaganda Institution Vs State of Tamilnadu & oths. 8/4/1984 order for W.P.No 92/1979 W.P.No 3427/1979 W.P.No 12371/1984)

எம்ஜிஆர் தன்னுடைய கடைசிகாலம் வரை, தீபாவளி உள்ளிட்ட எந்த இந்துமதப் பண்டிகைகளுக்கும் எம்ஜிஆர் வாழ்த்துச் சொன்னவரில்லை... ஏன் என்றால்? **அசல் திராவிட மதத்திற்கும் இஸ்லாத்திற்கும் நிறைய ஒற்றுமைகள் உள்ளன. திராவிட மதத்தின் அரபு வார்த்தை இஸ்லாம்.**

(ஈ.வெ.ரா. விடுதலை, 15/07/1947)

அப்படிப்பட்ட திராவிட மதம் கொண்ட எம்ஜிஆர் பாஜகாவின் முன்னோடியாக தாமரைக்கொடி அதிமுகவின் அறிமுகக் கொடியாகவும் பெரியார் மண்ணில் திராவிடக் கொள்கையையும் காற்றிலே பறக்கவிட்டு மதுரையில் உள்ள ஜான்சிராணி பூங்காவில் பெரியாரையும் புதைத்து விட்ட நாள் தான்... *17/10/1972 ஆம் ஆண்டின் அதிமுக துவக்க விழா நாள்.*

ஏன் என்றால்? **அண்ணாவின் பெயரில் கட்சியை தொடர்ந்தாரே தவிர பெரியாரின் பெயரில் ஒருப்போதும் அல்ல,** ஏன் என்றால்? தாமரைக் கொடி கட்டி நான்காவது நாளிலே காவி உடைக்கொண்ட எம்ஜிஆர் நடித்த படம் "இதய வீணை" 20/10/1972 ல் வெளியிடப்பட்டது.

எம்ஜிஆர் ரசிகர்கள் தாமரை படமிட்ட கொடியை கட்சி கொடியாக தங்கள் வீடுகளிலும், குடிசைகளிலும் ஏற்றினார்கள், ஆனால் திமுக தொண்டர்கள் அதை தாங்க முடியாமல் ஆயிரக்கணக்கான கொடிகளை எரித்தார்கள். **அதனால்தான் எம்ஜிஆரின் ஆன்மீக அரசியல் திராவிட அரசியலாக மாறியது.**

* * *

காசித் துறவிப் பெரியார்!

தன்னுடைய இளம் வயதிலேயே தனது பகுத்தறிவு சிந்தனையால் அடக்கியாண்ட ஆரியத்தையே பல கேள்விகள் கேட்ட பெரியார்... துறவு பூண்டு மட்டும் காசிக்கு ஏன் சென்றார்?

பெரியாரின் **கந்த சஷ்டி கவசப்** பற்று எப்படி என்றால்? "**பகுத்தறி** வோடிவனைப் பார்த்திடச் செய்திடப்பா... பற்று பற்று **பகலவன்** தணலெரி" என்ற வரியில் தான் பெரியார் '**பகுத்தறிவு பகலவன்**' ஆனார்.

ஈ. வெ. ரா பெரியார் எப்படி ஆனார்? '**காஞ்சி பெரியவர்**' குறி வைத்து '**காஞ்சி பெரியார்**' ஆனார். அதுவும் காஞ்சியிலே பெண்கள் மாநாடு நடத்திய அன்னை மீனம்பாள் சிவராஜ் அவர்களால் பெரியார் பட்டம் ஈ. வெ. ராவுக்கு *13/11/1938* அன்று வழங்கப்பட்டது. ஷண்முகப்பிரியா ராகத்தில் தான் கேதுவுக்கு ஆராதனை செய்தார் ஸ்ரீ முத்துஸ்வாமி தீட்சிதர் ஆனால் பெரியாரின் பக்திப் பாடல் ஷண்முகப்பிரியா ராகத்திலும் ஆதி தாளத்திலும் புஷ்பவனம் குப்புசாமி பாட்டுப் பாடினார், கேதுவுக்கு ஆராதனை செய்த ஷண்முகப்பிரியா ராகம் பெரியாருக்கும் பாடினார்கள், என்ன பகுத்தறிவுப் பொருத்தம்......?

கேதுவைப் போல் கெடுப்பார் இல்லை, அதேப்போல் தமிழகத்தில் பெரியாரைப் போல் கெடுப்பார்

இல்லை. "பெரியார் ஒருவர் தான் பெரியார் அவர்போல் பிறர் யார் பெருமைக்கு உரியார்"

அதனால்தான் பெரியார் சுயமரியாதை பிரச்சார நிறுவனம் சார்பில் திருச்சியில் 135 அடி உயரத்தில் பெரியார் சிலை அமைக்க முடிவு செய்யப்பட்டது. மேலும் திருவள்ளுவர் சிலையை விட பெரியார் சிலை கூடுதல் இரண்டு அடியா அல்லது தமிழர்களுக்கு கூடுதல் இரண்டு அடியா?

சிலை எதிர்ப்பு கூறிய பெரியார் எப்படி சிலையாக மாறினாரோ அதேப் போலத்தான் **திராவிட கொள்கை இன்று திராவிட மதமாக மாறியது!** தனக்கு சிலை வைத்திட தந்தை பெரியார் அனுமதித்த போது அவர் விதித்த நிபந்தனை இது தான்... என் உருவம் சிலைவடிவத்தில் எப்படி வேண்டுமானாலும் இருந்து விட்டு போகட்டும், சிலை வடிவத்தினை விட நான் பிரச்சாரம் செய்த பகுத்தறிவு கருத்துகள் சிலை பீடத்தில் பொறிக்கப்பட வேண்டும், அந்த கருத்துகளில் ஒன்று தான் இன்று...சிலை எதிர்ப்புக்கு கை கொடுப்போம், பெரியார் சிலைக்கு மட்டும் குரல் கொடுப்போம்... அப்படி வந்த முதல் குரலே ஸ்ரீரங்கம் நகராட்சி தலைவராக சுதந்திரா கட்சியைச் சேர்ந்த Y. வெங்கடேச தீட்சிதர் தான் பெரியார் சிலைக்கு 1973 லே அனுமதிக் கொடுத்தார். ஆனால் அனுமதி கொடுத்த அருகில் உள்ள ராஜகோபுரம் அப்போ 430 வருட கால மொட்டை கோபுரமாக இருந்த நிலையில் தான் இந்த பெரியார் சிலைக்கு அனுமதி வழங்கப்பட்டது, ஏன் என்றால்? 1979 மே 20 ஆம் தேதியிலிருந்து துவங்கிய ஸ்ரீரங்கம் ராஜ கோபுரம் 1987 மார்ச் 25 ஆம் தேதி அன்று தான் மகா கும்பாபிஷேகம் நடைபெற்றது, ஆனால் பெரியார் சிலைக்கு அனுமதி வழங்கப்பட்டதோ 1973 ஆம் ஆண்டு அதுவும் பெரியாரின் மறைவு காலத்தில் தான் அனுமதி வழங்கப்பட்டது. ஆனால் இந்து முன்னணி அமைப்பு சார்பில் 03/08/2022 சென்னை மதுராவாயில் நிகழ்ச்சியில்

நடிகர் கணல் கண்ணன் அவர்கள் இந்த பெரியார் சிலையை எதிர்த்து குரல் கொடுத்தார், அதாவது ஸ்ரீரங்கம் ரங்கநாதர் கோவில் எதிரேயுள்ள பெரியார் சிலையை உடைக்க வேண்டும். அன்றைய தினம் தான் இந்துக்களின் எழுச்சி தினமாக இருக்கும் என பேசியதற்கு சிறையில் அடைக்கப்பட்டார் கனல் கண்ணன், ஆனால் சிவபெருமான் நடனத்தை கொச்சைப்படுத்திய *U2 Brutus* **மைனர் விஜய்** அவர்கள் மீது இதுவரை ஒரு வழக்கு கூட பதிவு செய்யப்பட வில்லை ஏன் என்றால்? இது தான் பெரியாரின் திராவிட மாடல்.

ஆனால் சிலை எதிர்ப்பு கொள்கையையும் எதிர்த்து *14/8/1968* அண்ணா அவர்கள் உயிருடன் இருக்கும்போதே, கலைஞர் கருணாநிதிக்கு சிலை வைக்க வேண்டும் என முதன் முதலில் கோரிக்கை வைத்ததே பகுத்தறிவு பகலவன் பெரியார் அவர்கள் தான். ஏன் என்றால்? *11/3/1966* கலைஞர் கருணாநிதி தனது சட்டமன்ற உரையில் பெரியாருக்கு உரைக்கிறப்போல் ஒரு கேள்வி எழுப்பினார்... ஈ.வெ. ரா வை தேசிய பாதுகாப்பு சட்டத்தில் கைது செய்யாதது ஏன்?

என்று கேள்விக்கு *29* மாதம் பிறகு கலைஞரை ஆறுதல் படுத்திய பெரியாரின் நிபந்தனை ஜாமீன் மனுவை ஏற்றி, தமிழக அரசியல் வரலாற்றில் உயிருடன் இருக்கும் போதே சிலை அமைக்கப்பட்ட தலைவர்கள் இரண்டு பேர் ஒன்று பச்சை தமிழர் காமராஜர், மற்றொன்று முத்தமிழ் அறிஞர் கலைஞர் கருணாநிதி அவர்கள். அதனால்தான் *1975* கருணாதிக்கு வைத்த சிலை *1987* ல் இடிக்கப்பட்டது, ஏன் என்றால்? சிலைகளை எதிர்ப்பவர் உயிரோடு இருப்பவர்களுக்கு சிலை வைப்பதா?

அதுவும் தனக்குத்தானே சிலை வைத்துக் கொள்வதும் மட்டுமல்லாமல், நாத்திகன் கருணாநிதியின் சிலையை

ஆத்திகரான குன்றக்குடி அடிகளார் திறந்து வைக்கலாமா பெரியாரே?

அதன் கோபம் தான் 1987 ல் எம்ஜிஆர் இறந்த போது தான் தெரிந்தது...ஏதோ கருணாநிதி எம்ஜிஆரை கொலை செய்து விட்டார் என நினைத்து கொண்டு ஒரு இளைஞன் கடப்பாரையினால் கருணாநிதியின் சிலையை உடைக்கும் காட்சியின் புகைப்படங்கள் நாளிதழ்களில் 26/12/1987 வெளிவந்தன. அப்போ கருணாநிதி முரசொலியில் வெளியிட்டச் செய்தி...

"உடன் பிறப்பே செயல்பட விட்டோர், சிரித்து மகிழ்ந்து நின்றாலும் அந்த சின்னத் தம்பி என் முதுகிலே குத்தவில்லை, நெஞ்சிலே தான் குத்துகிறான், அதனால் நிம்மதி எனக்கு வாழ்க! வாழ்க!

133 அடியில் வள்ளுவரின் சிலை, 134 அடியில் கலைஞரின் பேனா சிலை, 135 அடியில் பெரியாரின் சிலை... தமிழர்களின் கலாச்சார கன்னத்தில் கலைஞர் ஒரு அடி கொடுத்தால், பெரியாரின் தடியோ இரண்டு அடி கொடுத்தது... ஏன் என்றால்? இது தான் பெரியாரின் திராவிட மாடல் ஆட்சி!

* * *

அரசியலமைப்புச் சட்டத்தை எரித்தப் பெரியார்!

திராவிட மகாஜன சபை தோன்றிய காலத்தில் கூட பெரியார் உறுப்பினராகவும் இல்லை. ஆனாலும் பெரியார் திராவிடத்தின் தந்தை எப்படி ஆனார்? ஏன் என்றால், அரசியலமைப்பு சட்டத்தை எரித்தார் பெரியார்...

பெரியார் - பிராமணன் என்று ஒரு சாதி சட்டத்தில் இருக்க அனுமதிக்க மாட்டோம். அப்படி இருந்தாலும், அவன் பிராமணனாக வாழ அனுமதிக்க மாட்டோம் என்று அரசாங்கம் சொல்லட்டும். தோழர்களே, இந்த மாதம் 26 ஆம் தேதிக்குள், பிராமணன் என்ற ஒரு சாதி கிடையாது. சட்டத்தில் அந்த மாதிரிக் கருதமாட்டோம் என்று அறிக்கை வராவிட்டால் அரசாங்கச்சட்டப் புத்தகத்தை நாங்கள் கொளுத்தப் போகிறோம். இதை நாங்கள் வருத்தத்துடனேயே சொல்கிறோம், வெறும் குறும்புக்காகவோ, விளம்பிரத்திற்க்காகவோ, ஜெயிலுக்குப் போய் வந்ததைக் காட்டி ஓட்டு வேட்டையாடவோ நாங்கள் அந்தக் காரியம் செய்யவில்லை.

எனக்கு 79 வயதாகிவிட்டது. நம் மக்களுக்கு ஏதாவது காரியம் செய்துவிட்டு நான் சாக வேண்டும். இல்லையென்றால் நம் மக்களுக்கு உணர்ச்சி யூட்டுவிட்டுச் சாக வேண்டும். இன்றைதினம் எல்லாப் பார்ப்பனப் பத்திரிக்கைகளும் கட்டுப்பாடாக, நான் பார்ப்பனரை வெட்டச் சொன்னேன்,

குத்தச் சொன்னேன் என்று கூப்பாடு போடுகின்றன! எந்த பார்ப்பனிடம் எனக்கு விரோதம்? யார் மீது துவேஷம்? நேற்று எனக்கு நடைபெற்ற விழாவுக்குப் பார்ப்பனர் பணம் கொடுத்திருக்கிறார்கள். அவர்கள் கொடுத்த செக் என்னிடம் இருக்கிறது. ஏன் இதைச் சொல்லுகிறேன் என்றால், எனக்குத் தனிப்பட்ட முறையில் யார் மீதும் துவேஷம் இல்லை என்பதைக் காட்டவே...நான் ஏன் ஒரு கூட்டமே ஒழிய வேண்டும் என்று சொல்லுகிறேன்? நம் சமுதாயத்திற்கே களை மாதிரி இருந்து கொண்டு வளர வெட்டாமல் செய்கிறது அந்தக் கூட்டம். வெட்டுகிறேன் என்று சொன்னேன். குத்துகிறேன் என்று சொன்னேன் என்று பூச்சாண்டி காட்டுகின்றனர். அப்படிச் சொல்லுவதும் மூலம் அந்த நாளையே அவர்கள் விரிவுபடுத்துகின்றனர். காந்தியார் படத்தை எரித்தால் தலைகள் உருளும், இரத்த ஆறு ஓடும், அதற்கு 20,000 பேர் தயார், என்று சொன்னார்களே, அவர்களை நீ என்ன செய்தாய்? நான் சொல்லுகிறேன்...சாதி ஒழியாவிட்டால் இரத்த ஆறு ஓடும் என்று சாதி இருக்கத்தான் வேண்டும் என்று நீ சொல்வேன்!

இந்த மாதிரிக் கூப்பாடு போட்டால் அரசாங்கம் பிடித்து எங்களை ஜெயிலில் போடும், நாங்கள் பயந்து கொள்வோம் என்பது பார்ப்பனர்கள் நினைப்பு. இது யாரிடம் பலிக்கும்? நான் தான் உயிரை விடத் தயாராயிருக்கிறேனே! என்னுடைய தொண்டர்களும் தயாராயிருக்கிறார்களே! வேண்டுமானால், இந்தப் பார்ப்பன சமுதாயத்திற்கு நான் வாய்தா கொடுக்கிறேன், தன்னை அது மாற்றிக் கொள்ளட்டும்!

இன்றைய தினம் அரசாங்கத்திற்கு வாய்தா கொடுத்திருக்கிறேனே! சாதி ஒழிப்புக்குப் பரிகாரம் கிடைக்காவிட்டால் அரசியல் சட்டத்தைக் கொள்ளுத்தப் போகிறோம். அதிலும் முடியாவிட்டால் காந்தியார் சிலையை உடைக்கப் போகிறோம். வேண்டுமானால்

என்னை ஜெயிலில் போடட்டும், வெளியே இருந்து கொண்டு கொடுமைச்சகித்துக் கொண்டிருக்க எங்களால் முடியாது. இதற்கு முன்பே 1950 லேயே நான் சொன்னேன், இது மனுதர்ம சாத்திரத்தின் மறுபதிப்பு, ஆகவே இதைக் கொளுத்த வேண்டும் என்று! இந்தச் சட்டம் எழுதியவர்கள் ஆறு பேர்கள், அதில் நூறு பேர் பார்ப்பனர்கள். அல்லாடி கிருஷ்ணச்சாமி அய்யர், முன்ஷி, டி.டி. கிருஷ்ணமாச்சாரி, கோபால்சாமி அய்யங்கார் ஆரிய பார்ப்பனர்கள் எழுதினார்கள், மற்றவர்கள் இரண்டு பேரில் ஒருவர் அம்பேத்கர் மற்றவர் ஒரு சாயபு.

அம்பேத்கர் கொஞ்சம் நம் உணர்ச்சியுள்ளவர். அவர் என்னைக்கேட்டார், உன்னுடைய மக்களுக்கு என்ன செய்யவேண்டும்? என்று நிறைய விவரங்களையெல்லாம் அவரிடம் கொடுத்தேன். அதையெல்லாம் அவர் பேச ஆரம்பித்தார். உடனே பார்ப்பனர்கள் அவருக்கு விலை கொடுத்து விட்டார்கள்.

அது என்ன விலையென்றால், அவர் தன்னுடைய மக்களுக்கு 100 க்கு 10 இடம் கல்வி வசதியில் கேட்டார் அவன் 15 ஆகவே எடுத்துக்கொள் என்று சொல்லிவிட்டார்!

அவனுக்குத் தெரியும் 25 இடம் கொடுத்தால் கூட அவர்களில் மூன்று அல்லது நான்கு பேர் கூட வரமாட்டார்கள் என்பது. பார்ப்பான் எழுதிக் கொடுத்த சட்டத்தில் அவர் கையெழுத்துப் போட்டுக் கொடுத்து விட்டார். 'மற்றவர்களுடைய சங்கதியைப் பற்றி அவர் சிந்திக்க வில்லை. ஒரு சட்டம் எல்லோருக்கும் சமம், சமவாய்ப்பு என்று சொல்லிக் கொண்டு – பார்பனருடைய உயர்வைக் காப்பாற்றி அவர்களுடைய ஏக போக அனுபவத்திற்கு கல்வியையும், உத்தியோகத்தையும் தருகிற தென்றால், அது எந்த வகையில் நீதியான, நேர்மையான சட்டம்? இத்தகைய மோசடிச் சட்டம் ஒழிக்கப்பட்டே ஆகவேண்டும். அந்த

முயற்சியாக, 26 தேதி அன்று இந்த சட்டத்தை தீயிலிட்டு பொசுக்கப் போகிறோம்.

(தோழர் பெரியார் விடுதலை அறிக்கை 16/11/1957)

வேதா – பார்ப்பனர்கள் அம்பேத்கர் அவர்களுக்கு விலை கொடுத்து விட்டார்கள், அந்த விலை இடஒதுக்கீடு. அதனால்தான் மூட்டை பூச்சிக்கு பயந்து வீட்டை கொளுத்தனதுப் போல பெரியார் பார்ப்பனர்களுக்கு பயந்து நாட்டின் அரசியலமைப்பு சட்டத்தை எரித்தார். அதுவும் அம்பேத்கர் அறிக்கை வந்த நான்கு வருடங்களுக்கு பிறகு தான் பெரியாரின் இந்த அரசியலமைப்பு சட்டம் எரிப்பு விடுதலையில் வந்தது, ஆனால் அம்பேத்கர் அவர்களின் அறிக்கையோ பாராளுமன்ற ராஜ்ஜிய சபையில் 2/9/1953 லே பதிவாகியுள்ளது...... அதில், அம்பேத்கர் – என் நண்பர் ஒருவர் கூறினார், நான் தான் இந்த அரசியலமைப்பு சட்டத்தை வடிவமைத்தேன். ஆனால் முதல் ஆளாக நான் தான் எரித்திருப்பேன், ஆனால் அது எனக்கு தேவையில்லை, இது யாருக்கும் நல்லது கிடையாது. இரண்டு வருடங்களுக்கு பிறகு தான் அம்பேத்கர் அவர்கள் இதற்கு விளக்கம் அளித்துள்ளார்...19/3/1955 பாராளுமன்றத்தில், அம்பேத்கர் பார்த்து கேள்வி எழுப்பினார்கள்!

Dr. Anup Singh MP – அம்பேத்கர் அவர்களே, அரசியலமைப்பு சட்டத்தை ஏன் எரிக்க நினைத்தீர்கள்?

Dr. Ambedkar MP - கடவுளை தங்க வைக்க நம்ம ஒரு கோவிலை அரசியலமைப்பு சட்ட வடிவில் கட்டினோம், ஆனால் கடவுளுக்கு முன்பே அசுரர்கள் வந்து குடியிருந்தால், கோவிலை அழிக்காமல் எங்களுக்கு வேறு வழியில்லை.

B.K.P Sinha MP – கோவில்களை அழிக்காமல் குடியிருந்த அசுரர்களை தூக்கி எறிய வேண்டும்.

Dr. Ambedkar MP - தேவாசுரப் போரில் என்றும் அசுரர்கள் தான் ஜெய்தார்கள், அதனால்தான் அந்த அசுரர்களை அழிக்க எங்களிடம் *Power* கிடையாது! அதனால்தான் இந்த அரசியலமைப்பு சட்டத்தை நான் எரிக்க நினைத்தேன்! *(19th March 1955, Rajya Sabha)*

அம்பேத்கர் எழுதியதனாலோ அரசியலமைப்பு சட்டமே தீட்டாகி விட்டதாப் பெரியாரே? இட ஒதுக்கீடு கொடுத்து அம்பேத்கரை பேரம் பேச முடியும் என்றால், பின்பு ஏன் அவர் மதமாற்றம் செய்ய வேண்டும் பெரியாரே? மேலும் 25 இடம் கொடுத்தால் கூட ஒடுக்கப்பட்டவர்களில் மூன்று அல்லது நான்கு பேர்கூட வரமாட்டார்கள், என்றால் **அப்போ இட ஒதுக்கீடு என்ன அனாதை பிணமா, அதை தோள் கொடுக்க நான்கு பேர் கூட வரமாட்டார்களா? பெரியாரே!** பெரியார் தலித் மக்களை பார்த்து விளக்குமாற்றுக்குப் பட்டுக் குஞ்சம் எதற்கு? என தரம் தாழ்த்தி பேசியதால் தான் தமிழகத்தில் பெரியார் சிலைக்கு மாற்றாக அம்பேத்கர் சிலை அமைக்கப்பட்டுள்ளது, தோழரே!

பார்ப்பான் எழுதிக் கொடுத்த சட்டத்தில் அம்பேத்கர் கையெழுத்து போட்டு கொடுத்து விட்டார் என்றால் அப்போ ஏன் பார்ப்பனர்கள் எல்லாம் இந்திய அரசியலமைப்பின் தந்தை அழைக்கப் படவில்லை? பெரியாரே! அப்படி அழைக்கப்பட்ட அரசியலமைப்பு தந்தை அம்பேத்கர் அவர்களின் புகைப்படம் அரசு அலுவலகங்களில் வைக்கலாம் என பாரத ஸ்டேட் வங்கிக்கு சென்னை உயர்நீதிமன்றம் 30/03/2022 அன்று தீர்ப்பு வந்த சூழ்நிலையில் கூட அம்பேத்கர் புகைப்படங்களை புதைத்தவர்களுக்கு, அம்பேத்கரின் சட்டத்தை புதைக்க எம்மாத்திரம்......அதனால்தான் மற்றவர்களுடைய சங்கதியைப் பற்றி அம்பேத்கர் சிந்திக்க வில்லையாப் பெரியாரே?

சிந்திக்காமத்தான் அரசியலமைப்பு சட்டத்தை எரிக்க பாராளுமன்றத்தில் ஏன் பதிவு செய்ய வேண்டும் பெரியாரே? ஏன் என்றால்? *31/03/2022* அன்று திமுக அமைச்சர் ராஜகண்ணப்பன் மீது வன்கொடுமை தடுப்பு சட்டத்தில் வழக்கு பதிய வேண்டும் என **தேவேந்திர குல வேளாளர்** சமுதாயம் கோரிக்கை வைத்தவர்கள்தான் நாங்கள் **தலித்** அல்ல என அரசாங்கத்திடம் இரட்டை வேடம் போட்ட சட்டத்தைத்தான் எரிக்க வேண்டும் என அம்பேத்கர் சொல்லில் எந்த தவறும் இல்லை...ஏன் என்றால்? எந்த சட்டத்தால் என் தந்தையின் பெயர் பள்ளர் அல்ல தேவேந்திர குல வேளாளர் நிரூபித்தார்களோ, அப்படிப்பட்ட சட்டத்தை அம்பேத்கர் அவர்கள் எரிக்க நினைத்தார்கள், பெரியாரே!

ஒரு சட்டம் எல்லோருக்கும் சமம் என பெரியார் கோரிக்கை விட்டாலும் கூட பிராமணன் என்று ஒரு சாதி சட்டத்தில் இருக்க அனுமதிக்க மாட்டோம் என அறிக்கை விடும் பெரியாருக்கு ரஷ்யா விலை கொடுத்து விட்டதா தோழரே?

* * *

மொழிப்போர் குற்றவாளிப் பெரியார்!

பெரியார் - இந்தி ஆர்ப்பாட்டக்காரங்களை அடக்க எரிநெய்யும் தீப்பெட்டியும், கத்தியையும் எடுத்துக் கொள்ளுங்கள் என்று என் கழகத் தொண்டர்களுக்கு நான் கட்டளையிட்ட பின்தான் போராட்டம் அஞ்சி அடங்கிவிட்டது.

(விடுதலை நாளிதழ் 13/02/1965)

வேதா - அப்படி என்றால், பெரியார் தொண்டர்களால் தான் திராவிடச் செல்வியின் தந்தை திருச்சி சின்னச்சாமி 20/01/1965 அதிகாலையில் தீக்குளித்தார்……அதன் தொடர்ச்சியாக விருகம்பாக்கம் அரங்கநாதன், மாயூரம் சாரங்கபாணி, கீரனூர் முத்து, விராலிமலை சண்முகத்தையும் அடக்க எரிநெய்யும் தீப்பெட்டியும், கத்தியையும் எடுத்துக் கொள்ளுங்கள் என்று தன் கழகத் தொண்டர்களுக்கு பெரியார் கட்டளையிட்ட பின்தான் போராட்டமே அஞ்சி அடங்கிவிட்டது என பெரியாரின் வாக்குமூலம் ஓர் வரலாற்று சிறப்புமிக்க வாக்குமூலம், அதுவும் **மொழிப்போர் தியாகிகளின் கொலை முயற்சியில் பெரியாருக்கு தூக்கு தண்டனையை அறிவித்து தமிழக அரசு தீக்குளித்த தன்மானத் தமிழர்களுக்கு நீதி வழங்கி பெரியாரின் சிலைக்கு சீல் வைப்பார்களா?** உயிர் தமிழுக்கு உடல் மண்ணுக்கு...என இந்தி எதிர்ப்புக்கு போராடிய மாணவர்களை கண்டித்து 26/01/1965 ல் விடுதலை பத்திரிக்கையில் பெரியார் ஓர் அறிக்கை வெளியிட்டார்,

பெரியார் – இன்றைக்கு காலிப்பசங்கள் தான் தலைவர்களாகக் காட்சி அளிக்கிறார்கள். கிளர்ச்சி என்ற பெயரால் காலிப்பசங்கள் புகுந்து ரகளையில் இறங்கி விட்டார்கள், இத்தகைய காரியத்தைச் செய்த காலிகளுக்கு 'தம்பி' என்று சொல்லும்படி நமது அரசாங்கம் இருந்து வருகிறது. கரூரில் 150 வருடத்து முன்ஷிப் கோர்ட் ரெக்கார்டுகளை எல்லாம் எரித்து விட்டார்களே, யார் கவலைப்பட்டார்கள்? அரசாங்கம் சும்மா விளையாடுகின்றது. இந்த முத்தமிழ்க் காவலர் விஸ்வநாதம் தான் இந்த இந்திப் போராட்டத்தை தூண்டி விட்டவர், அண்ணாத்துரை அல்ல, நானே தான் தூண்டிவிட்டேன், என்னால் தான் நடைபெறுகின்றது என்று கூறி அறிக்கை வெளியிட்டார்கள். இவருடன் இன்று அரசாங்கம் சும்மா விளையாடுகிறதே.

வேதா – தாய் மொழியில் அனைத்து நிர்வாகமும் இயங்காத ஆட்சி தேசியம் அல்ல, அது பரதேசியம் என்ற கூறிய பேராசிரியர் செ. கந்தப்பன் அவர்களுக்கு நன்றி கூறி தமிழக அரசு கொண்டு வரும் கட்டாய இந்திப் பாடம் வேறு, மத்திய அரசு கொண்டு வரும் இந்தி ஆட்சி மொழி வேறு என...... பெரியார் அறியாதவர் அல்லர், ஏன் என்றால்? எப்படி ஒரு கொடிய பாம்பை விழுங்கி விட்டு சாதுவாக திரியும் ஓர் மயிலை போல கொடிய செயல்களை செய்து ஓர் நல்லவர்கள் போல் நடிக்கும் பெரியாரை பொறுத்தவரை, தமிழ்நாட்டில் தமிழ் பயிற்று மொழியாக மாறக்கூடாது என்பதே அவரின் உள்ள கிடக்கை. அதுவும் காலிபசங்க முன்சிப் கோர்ட் ரெக்கார்டு எரித்தார்கள் ஆனால் பெரியார் இந்தி திணிப்புக்கு எதிராக தேசிய கொடியை எரிக்கும் போராட்டம் 01/08/1955 அறிவித்தார் ஆனால் முதல்வர் காமராஜர் கண்டித்த பின்பு பெரியார் போராட்டத்தை பின்வாங்கினார் அதனால்தான் முதல் இந்தி எதிர்ப்பு மாநாட்டில் 27/2/1938 லே... பெரியார் பெயர் கூட பதியவில்லை மேலும் 1965 லே கூட மொழிப்போரை முடக்கப் பார்த்தவர்தான் இந்த

பெரியார்! அதனால்தான் பெரியார் மண்ணிலே முதன் முதலில் ஹிந்திக்கு விதை இட்டவரும் பெரியார் தான், அதன் சான்றாக 1922 ல் ஈரோட்டில் ஹிந்திப் பள்ளி ஒன்றை ஆரம்பிக்க இலவசமாக இடம் கொடுத்தவரும் இந்த பெரியார் தான்! அதனால்தான் பெரியார் வழியில் மேற்கொள்ளும் திமுக ஆட்சியில் தான் தமிழகத்தில் 54 அரசுப் பள்ளிகளில் **கட்டாய தமிழ் வழிக்கல்வி** இல்லை என தகவல் அறியும் உரிமை சட்டம் இதை *News 18* தமிழ் செய்தி 14/03/2022 தெரிவித்தாலும் கூட மொழிப்போர் தியாகிகளின் தியாகம்...... வெங்காயமா? பெரியாரே! ஏன் என்றால்? ஒன்றிய அரசு காங்கிரஸ் பேரியக்கத்தின் வேரைக்கட்டுப் பொசுக்கிய மொழிப்போர் தியாகிகள் இரண்டுபேர் 1939 ல் சிறைச்சாலையில் உயிர் நீத்தார்கள், 1964 முதல் 1965 வரை ஐந்து பேர் தீக்குளித்தார்கள், மேலும் விஷமருந்தி உயிர் நீத்தவர்கள் மூன்று பேர், ஆகமொத்தம் எட்டு பேர்களில் ஏழுபேர் **பேரறிஞர் அண்ணா அவர்களுக்கு மட்டும் கடிதம் எழுதினார்கள்** தவிர பெரியாருக்கு ஒருபோதும் அல்ல, அதனால்தான் 1939 இல் தோழர் நடராஜன் தாளமுத்து அவர்களுக்கு வடசென்னை யில் உள்ள **மூலக்கொத்தளம் சுடுகாடு கல்லறையில் கல்வெட்டு ஒன்று தேதி குறிப்பிடாமல் பெரியார் திறந்து வைத்தார்,** அதன் குறிப்பு, "இந்தி எதிர்ப்பு போர்" தோழர், நடராஜன் 15/01/1939, தாளமுத்து 11/03/1939, ஆனால் 13/03/1939 தோழர் தாளமுத்து தான் மறைந்தார் என விக்கிபீடியா பதிவு தெளிவாக இல்லை என்று நினைக்கும் போதே... தமிழுக்காக உயிர் நீத்த நடராஜன் இறுதி ஊர்வல நாள் இரங்கற் கூட்டத்தில் உரை ஆற்றிய அறிஞர் அண்ணா 13/01/1939, ஆனால் கல்வெட்டு உள்ள தேதியோ 15/01/1939 (சான்று:- சந்திரமோகன் "சிவாஜி கண்ட இந்து ராஜ்யம்" அறிஞர் அண்ணாவின் வாழ்க்கை குறிப்புகள்)

தோழர் நடராஜன் தாளமுத்து சிறையில் நோய்வாய்ப்பட்டு விடுதலைக்காக மன்னிப்பு கடிதம் கொடுக்க மறுத்ததால்

உயிரிழந்தார்கள், ஆனால் அதே காலகட்டத்தில் பெரியார் அவர்கள் இந்தி எதிர்ப்பு போராட்டத்தில் 22/05/1939 நோய்வாய்ப்பட்டு விடுதலை ஆனார், அப்போ **ஆங்கிலேயர் ஆட்சிக்காலத்தில் பெரியார் மட்டும் மன்னிப்பு கடிதம் எழுதிக்கொடுத்தாரா?** 1939 இல் பெரியார் மன்னிப்பு கேட்டு **1965 இல் இந்தி எதிர்ப்பில் எட்டிக் கூட பார்க்காதவர் தான் இந்த பெரியார்!** மேலும் 1965 குடியரசு தின விழாவை துக்க நாள் அறிவித்தது **திமுக**......, காங்கிரஸ் முதல்வர் பக்தவத்சலம் கண்டித்த பின்பு தான் **திமுக** பயந்துபோய் 26 ஜனவரியில் பின் வாங்கிய 25 ஜனவரியில் வீர வணக்கம் நாள் அறிவித்தது...... அதுவும் "கீழப்பளூஆர் சின்னச்சாமி" முதலாம் ஆண்டு நினைவஞ்சலி தான் நினைவு மட்டும் அல்ல......... ஓர் வீர வணக்கம் நாள் கூட அறிவிக்க முடியாத நிலையில் தான் அன்றைய **காங்கிரஸ் ஒன்றிய அரசுக்கு** பயந்துபோய் தான் திமுக வின் நிலை...இதை சட்டமன்றத்தில் 08/03/1965 ல் எங்கள் மாமா **அன்பில் தர்மலிங்கம்** பதிவு செய்து கொண்டார், "நீங்களெல்லாம் கோழைகளாக ஆகிவிட்டீர்கள் என்று எங்களை சொல்லிவிட்டு சண்முகம் இறந்துபோனான்".

அழிந்துபோன என் கிரேக் சாம்ராஜியத்தின் கல்லறையில் இருந்து புறப்படுகிறேன் என்றான் அலெக்சாண்டர், அதேப்போல என்தமிழ் போராளிகளின்கல்லறையில் இருந்து புறப்படுகிறேன் என்றார் ஏ.ஆர்.ரகுமான்... சமூக ஊடகத்தில் சமீபத்தில் அவர் பதிவிட்ட தமிழன்னை புகைப்படமும் வைரலாகியுள்ளது... தென்னிந்திய நடிகர் சங்கத்தின் பெயரை மாற்ற குரல் கொடுக்காத ஏ.ஆர்.ரகுமான் "**இன்பத் தமிழ் எங்கள் உரிமைசெம் பயிருக்கு வேர்**"

என 11/04/2022 செய்தியாளர் சந்திப்பில்......... தமிழ்தான் இணைப்பு மொழிப்பா......இந்தி அல்ல இந்தியாவின் இணைப்பு மொழி! அன்று பேரறிஞர் அண்ணா தூண்டிவிட்டார், இன்றோ இசைக் கலைஞர் ஏ.ஆர்.ரகுமான் தூண்டிவிட்டார்... ஏன் என்றால்? 1939 இல் சிறைச்சாலையில்

தான் நடராஜன் தாளமுத்து தமிழுக்காக உயிர் நீத்தார்கள் என கடிதத்தை சான்று காட்டும் திராவிடத்தால் தேதியை மட்டும் ஏன் சரியாக சொல்ல முடியவில்லை, அதனால்தான் வீர வணக்கம் நாள் சரியான தேதியில் விதைக்க முடியாமல் போனதா பெரியாரே? மேலும் 1964 முதல் 1965 வரை இந்தி எதிர்ப்பு போராட்டத்தை கட்டமைத்த எழு பேர் மர்மமான முறையில் இறந்த பின் கடிதம் மட்டும் அண்ணா பெயரில் எப்படி வெளிப்படுத்தினார்கள், அப்படி வெளிப்படுத்தின தமிழ் போராளிகளின் கடிதத்தை வைத்துத்தான் 500 தமிழ் போராளிகளை புதைத்து விட்டார்களா?...உடல் மண்ணுக்கு, உயிர் தமிழுக்கு...அப்படியென்றால், ஆங்கிலேயர் ஆட்சிக்காலத்தில் ஆங்கிலம் மொழி தான் ஆட்சி மொழி, அப்போ மட்டும் தமிழர்களின் உயிர் கூடு விட்டு கூடு பாய்ந்ததா பெரியாரே அல்லது இந்தியை மட்டும் பார்க்கும் போது முருங்கை மரத்தில் வேதாளம் தொங்குவதைப் போல, தமிழர்கள் மட்டும் திராவிட மரத்தில் ஏன் தொங்க வேண்டும்? அதுவும் தமிழ் முதலான திராவிட மொழிகளுக்கு தாயாய் **தொல் திராவிட மொழி** என்றால், அப்போ திராவிட மொழிகளிலும் கூட தமிழ்த்தாய்க்கு தலைமை இடம் இல்லாத நிலை தெரிஞ்சும் கூட எப்படி ஹிந்தி எதிர்ப்புக்கு மட்டும் தமிழ் பலிக்கிடா ஆகுது? எப்படி பெரியார் தமிழை காட்டுமிராண்டி மொழி தான் அடித்து சொன்னாரோ, அதேபோல அந்த காட்டில் பிறந்த முதல் குரங்கு தமிழ் குரங்கு என முதல்வர் ஸ்டாலின் வெடித்து சொன்னார்... தமிழ்நாடு நாள் 18 ஜூலை 2022 அன்று திராவிட தம்பட்டம் அடித்து சொன்னார்கள், முதல் குரங்கு தமிழ் குரங்கு தான்! அதனால்தான் முன்னாள் திராவிட தெலுங்கர் முன்னேற்ற கழகத் தலைவர் காமாட்சி நாயுடு கூறுகிறார் ஏதோ ஓர் மூதேவி எழுதினது தான் கல் தோன்றி மண் தோன்றாக் காலத்தே...... எப்படிங்க கல்லும் மண்ணும் தோன்றாத முன் தமிழ் தோன்றியதா...? தமிழ் இலக்கிய நூல் **"புறப்பொருள் வெண்பாமாலை"**

ஒன்பதாம் நூற்றாண்டில் திரு. **ஜயனாரிதனார்** அவர்களால் எழுதப்பட்டது, அந்த பாடல்...கரந்தைப் படலம் 13, குடி நிலை...அதுவும் மறத்தமிழர்கள் பற்றி தான் இந்த பாடல்...

"மண் திணி ஞாலத்துத் தொன்மையும் மறனும் கொண்டுபிறர் அறியும் குடிவர வரைத்தன்று, பொய்யகல நாளும் புகழ்விளைத்தல் என் வியப்பாம் வையகம் போர்த்த, வயங்கொலி நீர் - கையகலக் **கற்றோன்றி மண்தோன்றாக் காலத்தே வாளோடு முற்றோன்றி மூத்த குடி**"

பொருள்:- மண்செறிந்த நிலப்பரவில் உள்ள தொன்மைக் கொண்ட மறவரைப் பற்றி அறியும் படி குடி வரவுரைத் அன்று, பொய் அகல நாளும் புகழ்விளைத்தல் என் வியப்பாம்? ஏன் என்றால்?...மண் தோன்றாத காலத்தில் வையகம் போர்த்த கடல் ஒலி கூட கற்றாதது ஒன்று என்றால்... கடல் அலை பாறையிடம் மோதுவது எப்படி கூட கற்றாத நிலையில், வாளோடு மோதுவது எப்படி என முற்றாத மூத்த குடி தான் மறத்தமிழரின் குடி. குறிப்பு - (முற்றாத தேங்காய் என்றால் இளநீர் போல முற்றாத மூத்த குடி என்றால் மறத்தமிழரின் குடி)

ஆனால் இன்றோ மறத்தமிழர் **தலைகீழாக தமிழ்** கிராஃபிக் டிசைன் என்னும் வரைகலை அமைப்பில் தமிழை எழுதலாம் படிக்கலாம், ஆனால் *360* டிகிரி கோணத்திலும் எந்த ஒர் கிராஃபிக் டிசைன் இல்லாமல் **திருஞானசம்பந்தப்** பெருமான் **தேவாரம்** பாடிய **திருநள்ளாறு பச்சைப் பதிகம்** படிக்கலாம், எழுதலாம், பாடலாம் ஏன் என்றால்? இது **பழந்தக்க ராகம்**, பழந்தமிழர்களின் ராகம், அதனால்தான் *360* டிகிரி கோணத்திலும் பாடலாம்:- போகமார்த்த பூண்முலையாள் தன்னோடும் பொன்னகலம் பாகமார்த்த பைங்கண் வெள் ஏற்று அண்ணல் பரமேட்டி ஆகமார்த்த தோலுடையன் கோவண ஆடையின் மேல் நாகமார்த்த நம்பெருமான் மேயது நல்லாறே!

திருஞானசம்பந்தர்

போகமார்த்த பாகமார்த்த ஆகமாரத்த நாகமார்த்த
பூண்முலையாள் பைங்கண் தோலுடையன் நம்பெருமான்
தன்னோடும் வெள் ஏற்று கோ – வணமே - யது
பொன்னகலம் அண்ணல் பரமேட்டி ஆடையின் மேல்
   நல்லாறே!
நல்லாறே ஆடையின் மேல் அண்ணல் பரமேட்டி
   பொன்னகலம்,
நாகமார்த்த தோலுடையன் வெள் ஏற்று தன்னோடும்
நம்பெருமான் ஆகமார்த்த பைங்கண் போகமார்த்த
பூண்முலையாள் பாகமார்த்த தோலுனடயன் நாகமார்த்த
   நல்லாறே!

இப்படி திருஞானசம்பந்தர் அருளிய தேவாரம் திருநள்ளாறு பச்சைப் பாடல்கள் ஒவ்வொரு பாடலும் 16 பிரிவிலும் 360 டிகிரி கோணத்திலும் எழுதலாம் பாடலாம் ஏன் என்றால் தமிழ் பிரபஞ்சம் மொழி! பெரியாரே!

* * *

தமிழர் சான்றிதழ் வழங்கிய வட்டாட்சியராப் பெரியார்?

பெரியார் - சேர சோழ பாண்டியன் எவனுமே உண்மைத் தமிழனாக இல்லை! *(குடி அரசு நாளிதழ் 13/11/1943).*

வேதா:- கன்னடம் பேசும் பெரியார் தன்னையே தமிழரின் தந்தையாக அடையாளம் காட்ட முடியுதே என்றால், அதற்கு காரணமே......

'**யாதும் ஊரே யாவரும் கேளிர்**' என தமிழரின் பண்பாடு தான் வெளிப்படுத்துகிறது. அதாவது எல்லா ஊரும் எம் ஊர் எல்லா மக்களும் எம் உறவினரே, ஆனால் பெரியாரை பொறுத்தவரை தமிழ் பேசும் பார்ப்பனர்கள் எல்லாம் தமிழர்கள் அல்ல மேலும் தமிழ் மன்னர்களும் தமிழர்கள் அல்ல, ஆனால் கன்னடம் பேசும் பெரியார் மட்டும் தமிழரின் தந்தையாம்... அதுவும் தமிழ் மன்னர்களுக்கு வாரிசு சான்றிதழ் வழங்கிய வட்டாட்சியரா, இந்த பெரியார்?

பெரியார் – ஆதிகாலத்திலிருந்து தமிழர்கள் தன்மானமிழந்து ஆரியர்களுக்கு அடிமைப்பட்டு வந்திருக்கிறார்கள் என்று தெரிய வருகிறது!

(குடி அரசு நாளிதழ் 13/11/1943)

வேதா – அடேங்கப்பா......தமிழகத்தில் 207 ஆண்டுகள் மட்டும் நாயக்கர் ஆட்சி இருக்கும் போதெல்லாம் 2001

Census படி 5.65% சதவீதம் தெலுங்கு பேசும் மக்கள் தமிழகத்தில் உண்டு, ஆனால் ஆதி காலத்தில் இருந்தே தமிழர்கள் ஆரியர்களுக்கு அடிமைப்பட்டு இன்றோ தமிழகத்தில் 90 சதவிதம் மக்கள் சமஸ்கிருதம் தான் பேசியிருக்க முடியுமே தவிர செம்மொழியான தமிழ் மொழியல்ல பெரியாரே...அதனால்தான், புறநானூற்றில் பாடலிலே 'பெரியோரை வியத்தலும் இலமே' அதாவது பெரியாரேப் போன்ற பெரியோரை வியந்து போற்றியதும் இல்லை, அதனால்தான் இப்படிப்பட்ட **பெரியாரைப் புகழ புறநானூறு கூட புறக்கணித்தது!**

பெரியார் – பழந்தமிழன் யார்? அவன் கொள்கை என்ன? அதற்கு ஆதாரம் என்ன? அதற்கு இன்று அவசியம் என்ன? என்பது போன்ற கேள்விக்குப் பதில் சொல்ல இன்று ஆளைக் காணோம். வீணாக, அந்த பேரில் பிழைக்கவோ, பெருமைப்படவோ, மக்களை சுரண்டவோ தங்கள் எண்ணத்திற்கு பயன்படுத்திக்கொள்ளவோ பயன்படுத்தபடுகிறது. **பழந்தமிழன் யாராயிருந்தால் எனக்கென்ன?** உங்களுக்குத் தான் என்ன காரியமாகும்? அவன் கொள்கையோ, மதமோ, கடவுளோ, நடப்போ, சக்தியோ எதுவாயிருந்தால் தான் இங்கு இன்று நமக்கு என்ன லாபம்? என்பது தான் எனது கேள்வி!

(திராவிடர் திருமணம் நூல் பக்கம் 31)

வேதா – பழந்தமிழன் யாராயிருந்தால் எனக்கென்ன? கீழடி அகழாய்வு களம் நடைப்பெறாமல் இருந்தால் எனக்கென்ன? என சேர்ந்து இந்த கேள்வியை கேட்டுருப்பார் பெரியார். பெரியாருக்கு தமிழர் மேல் அவ்வளவு பற்று என்றால், திராவிடர் கழகம் என்பதற்கு பதிலாக தமிழர் கழகம் வைக்க வேண்டியதுதானே! பெரியார் தமிழைக் காட்டுமிராண்டி மொழி விமர்சித்தது மட்டும் அல்லாமல் தமிழ் படித்தால்

பிச்சைக்க்கூட கிடைக்காது என்று விடுதலையில் *27/1/1943* ஏன் சொன்னார் தெரியுமா?

கன்னட மொழியில் விடுதலை இதழ் வெளியிட்டாலே கர்நாடகாவில் உள்ள பிச்சைக்காரன் கூட படிக்க மாட்டான் எனகாழ்ப்புணர்ச்சிக்கொண்ட பெரியார் இதைபதிவிட்டார், மேலும் அதே விடுதலையில் *11/04/1947* ல் "தமிழர் என்பதும் தமிழர் கழகம் என்பதும் தமிழரசுக்கட்சி என்பதும் தமிழர் ராஜ்ஜியம் என்பதும் தமிழ்நாடு தமிழருக்கே என்பதும் நமது முயற்சியைக் கெடுக்கும் சூழ்ச்சிகள். தமிழ் தமிழர் என்போர் பித்தலாட்டகாரர்கள், கருங்காலிகள் எனவும் பதிவிட்ட தமிழர் தலைவர் தந்தை பெரியார்... இன்று முதல்... **நயினாப் பெத்தண்ணா பெரியாருக்கே பகுத்தறிவு பத்தாதுன்னா!**

* * *

திருக்குறள் பெரியார் போட்ட பிச்சையா?

உலகத் தமிழ் இரண்டாவது மாநாடு 1/1/1968 ல் தமிழ் சான்றோர்களின் சிலை திறக்கப்பட்டது, இதை முன்கூட்டியே எதிர்த்தப் பெரியார்!

பெரியார் - உலகத் தமிழ் மாநாடாம், வெங்காய மாநாடாம், இது எதற்கு? கும்பகோணம் மாமாங்கத்துக்கும் இதற்கும் என்ன வித்தியாசம் இருக்கப் போகிறது?

(விடுதலை, 15/12/1967)

வேதா - தனது எதிர்ப்பை மேலும் காட்டுவதற்காக பெரியாரால் ஒரு நூல் வெளியிடப்பட்டது. அந்நூலின் பெயர் **'தமிழ் காட்டுமிராண்டி மொழி ஏன்? எப்படி?** பிறகு அந்த நூலின் தலைப்பு **'தமிழும் தமிழரும்'** என்று மாற்றப்பட்டது! 15/1/1949 ல் திருக்குறள் ஆரியத்தையே ஒழிக்க ஒப்பற்ற நல்லாயுதம் என பெரியார் பெருமையோட திருக்குறள் மாநாட்டில் பேசினாலும் பின் ஏன் பொறாமையோட திருவள்ளுவன் அக்காலத்திற்கு ஏற்ற வகையில் ஆரியர் கருத்துக்கு ஆதரவு கொடுக்கும் அளவில் பகுத்தறிவைப் பற்றி கவலைப்படாமல் நீதி கூறும் முறையில் தனது மத உணர்ச்சியோடு ஏதோ கூறிச்சென்றான் என 1968 ல் **'தமிழும் தமிழரும்'** என்ற நூலில் திருவள்ளுவரைப் பற்றி எழுதலாமா? திருவள்ளுவர் ஒரு ஆணயில்லாமல் பெண்ணாயிருந்து

இக்குறள் எழுதியிருப்பாரானால் இம்மாதிரிக் கருத்துக்களை காட்டியிருப்பாரா? பெண் ஏன் அடிமையானாள்? என்ற நூலில் வள்ளுவரும் கற்பும் பற்றி எழுதிய பெரியார் ஏன் 'பிறப்பொக்கும் எல்லாம் உயிருக்கும்' பற்றி எழுதாமல் என்றும் சாதிய ஏற்றத்தாழ்வுகளுக்கு எதிராக திருக்குறளை கூட பகுத்தறிவு பகலவன் பெரியார் எதிர்த்தார்!

(பெரியார் பேட்டி, கலைமகள் 27/12/1972)

கலைஞர் கருணாநிதி கூட அதை ஒண்ணையாவது விட்டுவிடக் கூடாதன்னு கெஞ்சனதும்......... திருக்குறளை எடுத்துக்குங்க என பெரியார் சொன்னதும், எப்படி என்றால்? **திருக்குறள் ஏதோ பெரியார் போட்ட பிச்சையா?**

* * *

கீதையின் மறுபக்கம் தான் பெரியார்!

பெரியார் – இந்து மதத்தில் வேதங்கள், இதிகாசங்கள், புராணங்கள் பற்றி சுயமரியாதை இயக்கம், திராவிடர் கழகம் பல நூல்களை வெளியிட்டதுண்டு. கீதையைப் பற்றியும் விமர்சித்து ஒரு நூல் வெளிவர வேண்டும் என்பது தந்தை பெரியார் அவர்களின் உள்ளக் கிடக்கை. அப்படியொரு நூலை எழுத முற்படுபவர்களுக்கு தக்க சன்மானம் அளிக்கப்படும்.

(விடுதலை 16/11/1973)

யாரும் முன்வராத நிலையில் கி.வீரமணி அவர்கள் தான் *1998* ல் கீதையின் மறுபக்கம் நூல் வெளியிட்டார். இந்த நூல் வெளிவந்தபோது ஆரியம் அலறியது. இந்துத்வா சக்திகள் உறுமின, மேலும் *8/9/2004* அன்று மாலை இந்து முன்னணி தலைவர் ராம கோபாலன் கலைஞர் அவர்களும் திராவிடர் கழகத் தலைவர் கி.வீரமணி எழுதிய **'கீதையின் மறுபக்கம்'** நூலினை ராம கோபாலனுக்கு வழங்கினார்.

(முரசொலி 09/09/2004)

கி.வீரமணி - பகவத் கீதையில் சொல்லப்படும் தர்மம் என்பது தமிழர் பண்பாட்டுக்குரிய 'அறம்' என்ற பொருளில் அல்ல! அவர்கள் கூறும் தர்மம் என்பது குலதர்மம் வருணதர்மம் சனாதன தர்மம் என்பனவேயே. புரியும்படி சொன்னால், ஜாதி

தர்மம் என்பது தான். எந்த ஜாதியில் ஒருவன் பிறந்தானோ அந்த ஜாதிக்குரிய தொழிலைச் செய்வதுதான் சரியானது. அதில் மாற்றம் என்பதே கிடையாது...கூடாது என்பது தான் பகவத்கீதை. அந்த தர்மத்தைச் சொல்ல வந்தவன்தான் கிருஷ்ணன்.

வேதா - பகவத்கீதை (4:13) *"சாத்துற் வரண்யய் மயா சிருஷ்டம் குண கர்மா விபாக்ஷஹ".* இந்த சுலோகம் கூறுவது என்னவென்றால்,

சாத்துற் வரண்யய் – நான்கு வர்ணங்கள்

மயா சிருஷ்டம் – மாயையால் தோன்றி

குண கர்மா – குணத்தின் செயலால்

விபாக்ஷஹ – பிரிக்கப்படுது.

நான்கு வர்ணங்கள் மாயையால் தோன்றி அந்தந்த குணத்தின் செயலால் பிரிக்கப்படுது, என்று தான் கிருஷ்ணர் உபதேசம் செய்தாரே தவிர, எந்த ஜாதியில் ஒருவன் பிறந்தானோ அந்த ஜாதிக்குரிய தொழிலைச் செய்வது தான் சரியானது என பகவத் கீதையில் எங்கும் குறிப்பிடவில்லை.

அப்படியென்றால் கிருஷ்ணர் என்ன தேரோட்டி ஜாதியில் பிறந்தாரா, தன் குலத்தொழில் செய்ய?

* * *

பெரியார் - பன்றிக்கு பூணூல் போட்டாரா?

வேதா – 'பன்றிகளுக்கு குல்லா போட தைரியம் உண்டா?

(நடிகர் **எஸ்.வி.சேகர்** பேட்டி, பத்திரிக்கை 18/7/2017)

"பார்ப்பானை பிராமணன் ஆக்குவதும் – தமிழர்களை சூத்திரனாக்குவதும் பூணூலே".

(**கார்டூனிஸ்ட் பாலா** – லைன்ஸ் மீடியா, 7/8/2017)

கார்டூனிஸ்ட் பாலா எழுதியது, கழுத.......இவங்க பூணூல் போடுறாய்ங்க அவிங்க அறுக்குறாய்ங்க என்னமும் பண்ணித் தொலையட்டும். ஆனால் அந்த சுவர் விளம்பரத்தில் இருக்கும் வாசகத்தில் இருக்கும் அரசியலே நான் இந்த பதிவை எழுத காரணம். அந்த விளம்பரத்தில் பாருங்கள்... ..."பார்ப்பானை பிராமணன் ஆக்குவதும் – தமிழர்களை சூத்திரனாக்குவதும் பூணூலே" என்ற வரி இருக்கிறது. அந்த வரியில்தான் ஒரு சூட்சுமம் இருக்கிறது. திராவிடர் கழக கம்பெனியின் தற்போதைய ஓனர் வீரமணி, திராவிடர் தலைவர் என்று சொல்லாமல், 'தமிழர் தலைவர்' என்று தன்னை அடையாளப்படுத்திக் கொள்கிறார்...ஆனால் தமிழர் திருநாளை திராவிடர் திருநாள் என்றுதான் வேண்டுமென்றே கொண்டாடுவார்.

அதேப்போலத்தான் இந்த விளம்பர வாசகத்தில் இருக்கும் அரசியலும். அதாவது தமிழனை சூத்திரனாக்குவதும் பூணூலே என்கிறார்கள். இந்த பன்றிக்கு பூணூல் போட்டு போராட்டத்தை நடத்தும் தந்தை பெரியார் திராவிடர் கழகம் திராவிடர்கள் என்பதை வலியுறுத்தி அரசியல் செய்யும் இயக்கம். ஆக இவர்கள் பார்வையில் பூணூல் சூத்திரனாக்குவது திராவிடர்களாகத் தானே இருக்க வேண்டும், எதற்க்காக இந்த இடத்தில் தமிழர்களை இழுக்கிறார்கள். இந்த இடத்தில் மட்டும் எப்படி திராவிடர்கள் தமிழர்கள் ஆனார்கள்...அப்படியானால் பூணூல் போடாத தெலுங்கர்கள், கன்னடர்கள், மலையாளிகள், மராட்டியர்கள் எல்லாம் பிராமணர்களா...... தமிழன் மட்டும் தான் சூத்திரனா போராடுவது... உட்பட இன்னபிற விஷயங்களுக்கு தமிழர் என்ற அடையாளத்தையும், அதிகாரத்திற்கு வருவதற்கு திராவிடர் என்ற அடையாளத்தையும் நீண்டகாலமாக பயன்படுத்தி வருகிறார்கள். இது திராவிடர்களின் தந்திரமான அரசியல். முதலில் தமிழர்களா...திராவிடர்களா என்பது குறித்து ஒரு தெளிவுக்கு வாங்க. மாற்றப்படதாலோ தமிழர்கள் சூத்திரர்களாக வேண்டியதில்லை. ஏனெனில் தமிழர்களுக்கு தமிழர் என்ற அடையாளம் இருக்கிறது. வேண்டுமானால் திராவிடர்கள் சூத்திரர்களாக இருந்து கொள்ளுங்கள்.

செ்ன்னையில் பன்றிகளுக்கு பூணூல் அணிவித்து போராட்டம் நடத்திய 9 பேர் மீது வழக்குப்பதிவு செய்ப்படடுள்ளது. தந்தை பெரியார் திராவிடர் கழகத்தை சேர்ந்த 9 மீது மிருகவதை தடை சட்டம் உள்ளிட்ட 5 பிரிவுகளில் வழக்குப்பதிவு.

(தினகரன் நாளிதழ் 8/7/2017)

தந்தை பெரியார் திராவிடர் கழகத்தை சேர்ந்தவர்கள் மீது இனி மிருகவதை தடை சட்டம் வராது, ஏன் என்றால்?

பன்றிகளுக்கு பூணூல் அணிவித்தவர்கள் தான் அனைத்து ஜாதியின் அர்ச்சகர்களுக்கும் பூணூலே அணிவித்தார்கள், அப்போ...... ஆவணி அவிட்டத்தில் அறுக்க வேண்டியது எது? பெரியாரே!

மூட்டை மூட்டையாக பூணூல் அறுத்தோம் என சிற்பி ராஜனின் பேட்டி

(Chanakya Youtube, 22/10/2021)

சிற்பி ராஜன் – அப்ப நான் சின்ன பையனாக இருக்கும்போது 1965 முதல் 1966 வரை திருச்சி காவேரிலே ஆவணி அவிட்டத்தில் அய்யர்கள் குளிச்சுட்டு பூணூல் போட்டுக்குவாங்க, நம்ம தோழர் எல்லாம் அங்கே நின்னுட்டு இருப்பாங்க...அய்யரே அப்படியே நில்லுங்க, நின்னவுடனே பூணூலையும் வெட்டுவாங்க, குடுமியும் வெட்டுவாங்க, கத்திரிகோல் வச்சிருப்பாங்க...பேசாம நிப்பாங்க...ஆட்டிகிட்ட மாட்டாங்க...ஆட்டுனாங்கினா எல்லாம் ஆடி போய் தெரியும், அதனால் ஆட்டாம பேசாம நின்னுட்டுருப்பாங்க...வெட்டிட்டு ஒரு சாக்குல போடுவாங்க...யூரியா சாக்குலாம் அப்போ கிடையாது, சணல் சாக்கு தான் ஒரு மூட்டை கட்டி பெரியாருக்கு அனுப்புவாங்க...மறுநாள் விடுதலையில் வரும் தஞ்சை மாவட்டம் 125 பூணூல் 125 குடுமி, திருச்சி மாவட்டம் 85 பூணூல் 85 குடுமி, அப்படினு வரும்... கீழே அய்யா பெரியார் எழுதி இருப்பாங்க... திருச்சி மாவட்டம் இன்னும் கொஞ்சம் மும்ரமாக வேலை செய்யனும், ஏன்னா 45 பீஸ் குறையுது...

வேதா – மூட்டை மூட்டையாக பூணூல் அறுக்கும் போது 45 பீஸ் குறைந்தது என பெரியாருக்கு வருத்தம் இருந்தாலும் கூட இப்போ அனைத்து சாதியினர் அர்ச்சகர் ஆகிவிட்டார்களே, கண்டேய்னர் கண்டேயினராக பூணூல் குடுமி பார்சல் பண்ணி அனுப்பலாமே பெரியாரே...

காஷ்மீர் தீவிரவாதிகள் துப்பாக்கி முனையில் பார்ப்பனர்களை விரட்டினார்கள், ஆனால் **திராவிட தீவிரவாதிகள்** பகுத்தறிவு முனையில் பார்ப்பனர்களை விரட்டினார்கள்.

கடவுள் இல்லை, கடவுளை வணங்குபவன் காட்டுமிராண்டி என்றால் அப்போ அனைத்து ஜாதி அர்ச்சகர்களும் காட்டுமிராண்டிகளா பெரியாரே? பரப்புபவன் அயோக்கியன் என்றால் அந்த அயோக்கியன் வீரமணியா பெரியாரே?

* * *

கடவுளை ஒழிக்க அனைத்து சாதி அர்ச்சகராப் பெரியாரே?

பெரியார் - கடவுளை ஒழிக்க வேண்டுமானால் பார்ப்பானை ஒழிக்க வேண்டும்!

(விடுதலை – 19/10/1958)

வேதா – கடவுளை ஒழிக்கத்தான் அனைத்து சாதியினரும் கோவில் கருவறைக்குச் செல்ல அனுமதிக்க வேண்டுமென்று கூறிவந்த பெரியார், 1970 ஆம் ஆண்டு குடியரசு தினத்தன்று இதற்காக கிளர்ச்சி ஒன்றை அறிவித்தார். தமிழகத்தின் முக்கியமான கோயில்களில் இந்தப் போராட்டம் நடக்கும் என்றும் திருநீறு பூசித்தான் கோயில்களில் நுழையலாம் என்றும் தொண்டர்களும் பூசிக்கொள்ளலாம் என்றும் பெரியார் கூறினார். இந்த அறிவிப்பு எப்படி என்றால் 'பைத்தியம் பிடித்தவனுக்கு மேலும் கள்ளையும் ஊற்றிவிட்டால் எப்படி இருக்கும், அப்படித்தான் இந்த அறிக்கையயடுத்து, அப்போதைய முதல்வர் மு.கருணாநிதி ஓர் அறிக்கை வெளியிட்டார், அதாவது அனைத்து சாதியினரும் அர்ச்சகராவதற்கான சட்டம் விரைவில் இயற்றப்படும் என்றும் பெரியார் தன் போராட்டத்தை ஒத்திவைக்க வேண்டும் என்றும் கேட்டுக்கொண்டார். அதன்படி போராட்டம் ஒத்திவைக்கப்பட்டது. இதற்கான

மசோதா 2/12/1970 அன்று தமிழக சட்டமன்றத்தின் இரு அவைகளிலும் நிறைவேற்றப்பட்டது. இதன் முக்கிய கூறு, இந்தக் கோயில்களின் எல்லா பகுதிகளின் நியமனத்திலும் பாரம்பரிய (வாரிசு அடிப்படையில் நியமனம்) கொள்கையை நீக்குவது பிரிவு 55 ல் திருத்தம் செய்ப்பட்டுள்ளது. இந்த சட்டத்தை எதிர்த்து சேஷம்மாள் என்பவர் வழக்கு தொடர்ந்தார். இந்த வழக்கை விசாரித்து 1972 மார்ச் 15 ஆம் தேதி தீர்ப்பு வழங்கினார்கள். ஒரு கோயிலில் அர்ச்சகரை நியமனம் செய்யும்போது, ஆகமங்களை மீறி அறங்காவலர் நியமனங்களை மேற்கொள்ள மாட்டார் என்று அரசு கூறியதைச் சுட்டிக்காட்டிய நீதிபதிகள், குறிப்பிட்ட இனம், உட்பிரிவு குழுவிலிருந்தே அர்ச்சகரை நியமிக்க வேண்டும் என சுட்டிக்காட்டியது. ஆனாலும் மனுதாரரின் அச்சத்திற்கு இப்போது அவசியமில்லை என்று கூறி சேஷம்மாள் மனுவைத் தள்ளுபடி செய்தது. இந்த நீதிமன்ற உத்திரவை பெரியார் கடுமையாக விமர்சித்தார். 1973 டிசம்பர் 8- 9 வரை பெரியார் திடலில் நடந்த **தமிழர் சமுதாய இழிவு மாநாட்டில்** பேசிய பெரியார், நண்பர் கருணாநிதி கொண்டு வந்த சட்டத்தை நீதிமன்றம் செல்லாது என்று ஆக்கியதால் ஆத்திரம் அதிகமாகி விட்டதாகக் குறிப்பிட்டார். ஆனால் 14/08/2021 அன்று அனைத்து சாதியினரும் அர்ச்சகர் ஆகலாம் என்ற அரசாணையின் கீழ் பயிற்சி பெற்ற 24 அர்ச்சகர்களுக்கு பணி நியமன ஆணைகளை வழங்கியதை முன்னிட்டு பெரியார் நினைவிடத்தில் தமிழ்நாடு முதல்வர் மு.க. ஸ்டாலின் மலர்வளையம் வைத்தார்.

பெரியார் நெஞ்சில் தைத்த முள் அகற்றப்பட்டது அனைத்து ஜாதியினர் அர்ச்சகர் ஆனதனால், ஆனால் பெரியார் நெஞ்சில் கடப்பாரை போல் பாய்ந்தது கடவுள் நம்பிக்கை பரப்பியதனால்.

சிறுவாச்சூர் மதுரகாளியம்மன் திருக்கோவில், காஞ்சி சங்கராச்சாரியாரின் குலதெய்வ கோயிலாகும். இக்கோயிலில் பார்ப்பனர் அல்லாதோரே பூசாரியாக உள்ளதால், இங்கே சங்கராச்சாரியாரே கருவறைக்குள் நுழைய முடியாதுப் பெரியாரே!

* * *

தமிழ் எழுத்துச் சீர்திருத்தம், ஏன் பெரியாரே?

தமிழ் எழுத்தே புரியாத பெரியாருக்கு சமஸ்கிருத எழுத்து எப்படி புரியும் வெங்காயமே! அதற்காகத்தான் பெரியார் முன்மொழிந்த தமிழ் எழுத்துச் சீர்திருத்தத்தை ஏற்று எம்ஜிஆர் அரசு அரசாணை வெளியீடு செய்தது.

தமிழ்நாடு அரசு பொது செய்தி, மக்கள் தொடர்ப்புத்துறை செய்தி வெளியீடு எண் 449 நாள் 19/10/1978 பெரியார் மேற்கொண்ட தமிழ் எழுத்துச் சீர்திருத்தம் தமிழ்நாடு அரசு அமலாக்கியது.

1983 ல் சிங்கப்பூர் அரசு இச் சீர்திருத்தத்தை ஏற்றது, ஆனால் நம்ம தென்னாட்டுச் சாணக்கியர் **சோ** துக்ளக் பத்திரிகையின் ஆசிரியர் அவர்கள் தான் முதன் முதலாக இந்த தமிழ் சீர்திருத்தத்தை எதிர்த்தார்.

மேலும் தமிழ் எழுத்து சீர்திருத்தவாதியில் வீரமாமுனிவர் வழக்கிலிருந்து இரண்டு எழுத்துக்களை மாற்றி (ஆ, ஏ) என மாறுதல் செய்ததில் வெற்றி அடைந்தார், ஆனால் இரண்டு எழுத்தை மாற்ற முடியாம (அய் – அவ்) இரண்டு எழுத்துக்களிலும் தோல்வி அடைந்தவர் தான் இந்த பெரியார்.

விநோதய சித்தம் என்னவென்றால், புகழ்பெற்ற தமிழ் சீர்திருத்தவாதிகள் வீரமாமுனிவர், பெரியார் இருவருமே தமிழர்கள் அல்ல தோழரே!

* * *

யுனெஸ்கோ போர்வையில் பெரியார்!

செங்கோட்டை ஸ்ரீராம் - பெறாத ஒரு விருதுக்கு புத்தகம் எழுதி காசு பார்த்த ஒரே கோஷ்டி இந்த திராவிடர் கழக கோஷ்டி. அந்த புத்தகத்தின் பெயர், யுனெஸ்கோ பார்வையில் தந்தை பெரியார்...புத்தக ஆசிரியர் – கி.வீரமணி, இது தான் சமூக வலைத்தளங்களில் பெரிதும் விவாதிக்கப்படும் பொருளாக இருந்தது. இது குறித்து சமூக ஊடகங்களில் கருத்துகளைப் பகிர்பவர்கள், முழுநேர ஊடகங்கள் ஈ.வெ. ரா. குறித்து பொய்களையே எழுதிக்கொண்டிருக்கும் உள்ஞூரில் புகைப்படம் வைத்து பேசக்கூடத் தகுதியற்ற ஒரு நபரை ஊருக்கு ஊர் சிலை வைக்கும் அளவுக்கு ஊடகங்களே எழுதித்தள்ளின. இன்று சமூக ஊடகங்களின் தாக்கமிருப்பதால் இந்த மாதிரியான பித்தலாட்டங்கள் தெரிந்து விடுகின்றன. ஆஸ்திரிய ஸ்டாம்பு முதல் யுனெஸ்கோ விருதுவரை வரலாற்றில் பதிந்திருக்க வேண்டிய சில்லுண்டித்தனத்தை வெளிச்சம் போட்டு காட்டியது தான் சமூக ஊடகங்களின் தாக்கம். வெறும் கட்டுக்கதைகளை யுனெஸ்கோவின் பெயரால் எழுதி காசு சம்பாதித்த வீரமணி தன்னுடைய பொய்களுக்கு பகிரங்க மன்னிப்பு கேட்க வேண்டும். அதோடு சேர்த்து பொய் சொல்லி விற்ற புத்தகங்களை திரும்பப்பெற வேண்டும்... என்று கோரிக்கைகளை வைக்கிறார்கள் நெட்டிசன்கள். இது கருத்து புத்தமாகவே தற்போது வெளிப்பட்டிருக்கிறது.

இந்நிலையில் இந்த விவகாரத்தை பெரிய அளவில் கிளப்பி, சமூக ஊடகங்களில் கொண்டு சென்ற ஜகன்நாதன் என்பவர் இதனை பெரிதாக விமர்சித்துள்ளார். ஆங்கில விக்கிபீடியாவில் ஈ.வெ. ரா தொடர்பான கட்டுரையில் ஈ.வெ. ரா யுனெஸ்கோ விருது பெற்றார் என்பதற்கு யுனெஸ்கோ வலைதளத்தில் கூட ஆதாரம் எதுவுமில்லை, 1998 வரையிலான யுனெஸ்கோ விருதுகள் பட்டியலில் ஈ.வெ. ரா பெயர் இல்லை என்பதையும் நான் விக்கிப்பீடியாவிடம் தெரிவித்ததை அடுத்து விக்கிப்பீடியா அந்த தகவலை நீக்கியது. இது நடந்து ஒரு மாதத்திற்குப் பின், நேற்று திராவிடர் கழக வீரமணி இதற்காக என்னையும், பிராமணர்களையும் சம்பந்தமே இல்லாமல் ரங்கராஜ் பாண்டேவையும் மறைமுகமாகத் திட்டி விடுதலை பத்திரிக்கையில் ஒரு அறிக்கை வெளியிட்டிருகிறார். அதை அவரின் *facebook* பக்கத்திலும் வெளியிட்டிருக்கிறார். அதில் அவர் சொல்லியிருக்கும் முக்கிய விஷயம், யுனெஸ்கோ மன்றம் என்ற ஐநா வின் அதிகார பூர்வமான கிளைதான் அவ்விழாவை நடத்தியது. சென்னை ராஜாஜி மண்டபத்தில் *27/6/1970* அன்று முதலமைச்சர் கலைஞர் அவர்களின் தலைமையில் மத்திய அமைச்சர் திரிகுண செந்தான் ஐநா வின் யுனெஸ்கோ சார்பில் தந்தை பெரியாருக்கு விருது வழங்கினார் என்பது உலகறிந்த தகவலாகும். ஆக்ஸ்போர்ட் பல்கலைக்கழகம் வெளியிட்டுள்ள நூல் *"Atheism and Secularity"* என்பதாகும். *Phic Zucker Man* என்பவரால் எழுதப்பட்டதாகும். அந்த நூலின் 142 ஆம் பக்கம் இவ்வாறு கூறுகிறது...*The United Nations Educational Scientific and Cultural Organization (UNESCO) eventually gave an award to Periyar, and the Union Education Minister Triguna Sen, In Madras,on June 27, 1970. The citation hailed Periyar as the Prophet of the New Age, the Socrates of South East Asia, Father of Social Reform Movement, and Arch Enemy of Ignorance, Superstitions, Meaningless Customs and base Manners"* என்று வெளிவந்துள்ளது. அவர் *Facebook* பக்கத்தில்

என் பதிலடி, விஷயம் என்னவென்றால் 1970 ஆம் ஆண்டு யுனெஸ்கோ சர்வதேச கல்வி ஆண்டு என்று அறிவித்தது. அதை அனைத்து நாடுகளும் கடைபிடித்தன. அதன் ஒரு பகுதியாக தமிழக அரசு நடத்திய விழா ஒன்றில் இந்த கேடயம் வழங்கப்பட்டிருக்கலாம். அதில் அப்போது பெட்ரோலிய அமைச்சராக இருந்த திரிகுணசென் சிறப்பு விருந்தினராக பங்கேற்றிருக்கலாம். ஆனால் அப்போது அவர் மத்திய கல்வி அமைச்சர் அல்ல, ஆகவே இது யுனெஸ்கோ வழங்கிய விருது அல்ல. நீங்கள் இணைந்திருக்கும் படம் பற்றி *New Indian Express* செய்தியில் இப்படி எழுதப்பட்டிருக்கிறது...*The International Education year 1970 was celebrated at Rajaji Hall with the release of Kalaignar Kavimanimalai and the International Education Awards to 47 distinguished men in various fields picture shows former Tamilnadu CM Karunanidhi, Periyar giving away the awards to distinguished men in various fields.* மேலும் யுனெஸ்கோ வலைத்தளத்தில் தேடினால் காந்தியடிகள், நேரு பற்றி கட்டுரைகள், நூல்கள் உண்டு, ஈ.வெ.ரா பற்றி ஒரு கட்டுரை கூட கிடையாது. முதலில் திரிகுணசென் அவர்கள் 1970 ல் மத்திய கல்வித்துறை மந்திரியாக இருக்கவில்லை. இதுவும் விக்கிப்பீடியா விலே இருக்கிறது. இரண்டாவது...யுனெஸ்கோ என்ன விருது கொடுத்ததென்று இல்லை. மூன்றாவது 1970 ல் யுனெஸ்கோ இரண்டே இரண்டு விருதுகள் தான் கொடுத்துட்டு இருந்தது. ஒன்னு கலிங்கா விருது. இது ஒரிசா முதல்வர் பிஜூ பட்நாயக் அவர்களால் அறிவியலை எல்லோருக்கும் எடுத்து செல்ல செயல்படுபவர்களை கவுரவிக்கும் பரிசு. இன்னொன்று சோவியத் யூனியனால் நிறுவப்பட்ட நடேஷ்தா. கே.கிருபஸ்யா எனும் இலக்கிய பரிசு. இவை எதுவும் ஈ.வெ.ரா வுக்கு வழங்கப்படவில்லை. இவர் சொல்லும் *Phil Zuckerman* அமெரிக்காவில் பிறந்ததே 1969 ஆம் வருடம் தான். அவரும் போகிற போக்கில் செவிவழி செய்திகளை வைத்து எழுதி இருக்கலாம்.

அவரிடமும் ஏதாவது ஆதாரம் இருக்குமா என்பது சந்தேகம்தான். அப்படியே ஏதாவது பாராட்டுப்பத்திரம் கொடுத்திருந்தாலும் அதை விருது என்று சொல்ல முடியுமா என்ன? முடிந்தால் ஆதாரத்தை திரட்டட்டும். இந்த ஆதாரமில்லாத தகவல் தமிழக கல்வித்துறையின் பாடப் புத்தகத்தில் வேறு இருக்கிறதாம். இந்த சர்ச்சையை நியூஸ் 18 தொலைக்காட்சியில் செய்தியாக வேறு ஒலிபரப்பிருக்கிறார்கள்.

(சான்று -தமிழ் தினசரி செய்திகள், 06/05/2019...
செங்கோட்டை ஸ்ரீராம்)

வேதா – முதலில் ஐநா என்னும் அமைப்பு எந்த தனிப்பட்ட அரசும் சாராத ஒரு பன்னாட்டு அமைப்பு. அந்த அமைப்பின் சார்பில் எந்த பரிசு விருதுகள் வழங்கப்பட்டாலும் அதை அந்த அமைப்பின் தலைவர்கள் உரிய முறையில் நேரில் வழங்குவது தான் மரபு. **அந்த பட்டயத்தில் அந்தந்த நாட்டின் யுனெஸ்கோ தலைவர் கையெழுத்து போட வேண்டும், ஆனால் இந்த பட்டயத்தில் கையெழுத்துப் போட்டது திமுக பொதுச்செயலாளர் பேராசிரியர் கே.அன்பழகனின் சகோதரர் திரு.கே.அறிவழகன் MLC தான் யுனெஸ்கோ மன்றம் சார்பாக கையெழுத்து போட்டார்.** மேலும் கி. வீரமணியின் குற்றச்சாட்டோ ஆக்ஸ்போர்ட பல்கலைக்கழகத்தில் வெளியிட்ட நூல் *"Atheism and Secularity"* லே இந்த பெரியார் யுனெஸ்கோ விருதை பெற்றது குறிப்பு இருக்கு, ஆனால் 9 ஆம் வகுப்பு தமிழக பாடப்புத்தகத்தில் இடம்பெற்றுள்ள பெரியார் யுனெஸ்கோ விருது பெற்ற தகவலை நீக்ககோரி வழக்கு 10/02/2021 அந்த வழக்கில் மாநில பாடப்புத்தக குழு பரிசீலிக்க மதுரை நீதிமன்றம் உத்தரவுப் போட்டது கி.வீரமணி அவர்களே...

ஐநா சபை இப்போது வரை திராவிடக் கட்சிகள் மேல் மானநஷ்ட ஈடு வழக்கு போடாதது ஏன் பெரியாரே?

ஏன் என்றால்? **திராவிட கட்சி ஓர் வெங்காய பஜ்ஜி,** என ஐநாசபைக்கும் தெரிந்து விட்டதா பெரியாரே!

* * *

திராவிடர்கள் என்றால் சூத்திரன்!

பெரியார் - திராவிடர் கழகமானது இனத்தின் பேரால், பிறவியின் காரணமாய், நாட்டின் உரிமையின் காரணமாய், ஆரியர்களால் இழிவு செய்யப்பட்டு அடக்கி ஒடுக்கி தாழ்த்தி வைத்திருக்கும் மக்களின் விடுதலைக்கும் முன்னேற்றத்திற்கும் பாடுபடும் ஓர் அமைப்பு (ஸ்தாபனம்) ஆகும். விளக்கமாக சொல்ல வேண்டுமானால் இந்து மத (ஆரிய) தர்மப்படி நான்காம் வர்ணஸ்தர்களாகவும் அல்லது ஐந்தாம் அவர்ணஸ்தர்களாகவும் ஆக்கப் பட்டிருக்கும் சூத்திரர்கள் எனப்படுபவர்கள் எல்லாருடைய விடுதலைக்கும் முன்னேற்றத்திற்கும் உழைக்கும் கழகமாகும். திராவிடர்களைத்தான் சூத்திரர்கள் என்பதாக இந்து மதத்தின் பேரால் ஆரியர்கள் அழைத்து வருகிறார்கள் என்பதற்குப் பல ஆதாரங்கள் இருந்து வருகின்றன. உதாரணமாக மனுதர்ம சாஸ்திரத்தில் 10'ஆம் அத்தியாயத்தில் 'சங்கர ஜாதி' என்ற தலைப்பின் கீழ் ஜாதி தர்மத்தை அனுசரிக்காதவர்கள், அனுசரிக்காதவர்களுக்குப் பிறந்தவர்கள் 'திராவிடர்' என்ற பெயர் கொண்டவர் என்றும், சூத்திரன் பிராமண ஸ்த்ரீயைப் புணர்ந்தால் பெறப்படும் குழந்தைகள் பாக்கிய ஜாதியர் என்றும், அதாவது சமிபத்தில் வரக்கூடாது 'சண்டாள ஜாதி' என்றும் குறிப்பிடப்பட்டிருக்கிறது. மற்றும் பிராமணர்களுக்கு சூத்திர ஸ்த்ரீகளிடத்தில் பிறந்த குழந்தைகள் ஆர்யா வர்த்த தேசத்தில் 'செம்படவன்' என்ற ஈன ஜாதியாகச் சொல்லப்படுவோர்கள் என்று குறிப்பிடப்பட்டிருக்கிறது. மற்றும் ஜாதி தர்மம் தவறிய கலப்பினால் பிறப்பவர்களால்

தான் தோல் வேலை செய்யும் (சக்கிலி ஜாதியும்) பிணத்தின் துணியை பிடித்துக் கொள்கிறவர்களும் எச்சில் சாப்பிடுகிறவர்களுமான (பறையர்) ஜாதியும் ஏற்படுகின்றன என்று குறிப்பிடப்பட்டிருக்கிறது. திராவிட தேசத்தை ஆண்டவர்கள் சூத்திரர்களாய் விட்டார்கள் என்று தெளிவாகவே குறிப்பிடப்பட்டிருக்கிறது. இது மனு 10ஆம் அத்தியாயம் 44ஆம் ஸ்லோகம் ஆகும். மற்றும் "மிலேச்ச" பாஷை பேசுகிறவர்கள் அனைவரும் தஷ்யூக்கள் என்று சொல்லப்படுவார்கள் என்று தெளிவாக விளக்கப்பட்டிருக்கிறது. இது 10ஆம் அத்தியாயம் 45ஆம் ஸ்லோகம், தஷ்யூக்கள் என்றால் திருடர்கள் என்ற கருத்தும் அதிலேயே கீழே காட்டப்பட்டிருக்கிறது. இதில் மற்றோரு விசேஷம் என்னவென்றால் 'திராவிடன்' என்கிற பெயரைப் போலவே 'ஆந்திரன்' என்ற பெயரும் மனுதர்மத்தில் காணப்படுகிறது. அதாவது காட்டிற்குச் சென்று மிருகங்களை கொன்று நாட்டில் கொண்டு வந்து விற்பவன் 'ஆந்திரன்' என்று கூறப்பட்டிருக்கிறது. (அத்தியாயம் 10 ஸ்லோகம் 48) எனவே திராவிடர்கள், ஆந்திரர்கள் என்பது மாத்திரமல்லாமல், கீழான, இழிவான, தீண்டப்படாத திருடர்களான ஜாதியர்கள் என்பதை மனுதர்ம சாஸ்த்திரம் நன்றாக வலியுறுத்துகிறது என்பது 10ஆம் அத்தியாயத்தில் 'சங்கர ஜாதி' என்ற தலைப்பில் நன்றாக விளக்கப்பட்டிருக்கிறது. மற்றும், இவர்கள் அனைவரும் பட்டணத்துக்கும் ஊருக்கும் வெளியில் மரத்தடி, தோப்பு, மயானத்திற்குச் சமீபமான இடம் ஆகிய இடங்களில் இழிதொழிலைச் செய்யும் மக்கள் என்று யாவருக்கும் தெரியும்படியாக வாசம் செய்ய வேண்டியது... என்று 50ஆம் ஸ்லோகத்தில் கூறப்படுகிறது. இப்படிப்பட்ட திராவிடர்களான மக்கள் நாயும் கழுதைகளும்தான் வளர்க்க வேண்டியது மாடு முதலியன வைத்துக் கொண்டு ஜீவிக்கக்கூடாது என்று 51ஆம் ஸ்லோகம் கூறுகிறது. 52 முதல் 57 அம் ஸ்லோகம் வரையில் என்ன கூறப்படுகிறது தெரியுமா? திராவிடத் தோழர்களே? கவனியுங்கள் 'இவர்கள் பிணத்தின்

துணியையே உடுக்க வேண்டும். உடைந்த சட்டியில் அன்னம் புசிக்க வேண்டும். உலோகப் பாத்திரங்களை உபயோகிக்க கூடாது. இரும்பு, பித்தளை ஆகியவகைகளால் செய்யப்பட்ட நகைகளையே அணிய வேண்டும். நல்ல காரியம் நடக்கும் போது இவர்களைப் பார்க்க கூடாது. இவர்களோடு பேசக்கூடாது. இவர்களைத் தங்கள் ஜாதிக்குள்ளாகவே மணம் செய்து கொள்ளும்படி கட்டாயப்படுத்த வேண்டும். இவர்களுக்கு நேரே எதுவும் கொடுக்கக்கூடாது. உடைந்த பாத்திரத்தில் அன்னம் போட்டு வைக்க வேண்டியது. ஊருக்குள் இரவில் சஞ்சரிக்க விடக்கூடாது என்றும் இப்படிப்பட்ட ஈன ஜாதியர்கள் நல்ல வேடம் தரித்திருந்த போதிலும் அவர்களை ஈனர்கள் என்றே கருத வேண்டும் என்றும் குறிப்பிடப்பட்டிருக்கிறது. ஒரே ஒரு விமோசனம் அதென்ன தெரியுமா? அதுதான் ஏழெட்டு வருஷங்களுக்கு முன்பு காந்தியார் இங்கு வந்தபோது சொன்ன மார்க்கம். அதாவது ஒரு சூத்திர ஸ்திரீ வயிற்றில் பிராமணனுக்கு விவாக முறைப்படி பிறந்த பெண் மறுபடியும் பிராமணனையே மணந்ததின் மூலம் அவள் வயிற்றில் பிறந்து இப்படியாக ஏழு பிறவி பிறந்தால் ஏழாம் தலைமுறையில் பிராமண ஜாதி ஆகலாம் என்பதுதான். இதுதான் காந்தியார் தமிழ்நாட்டிற்கு வந்தபோது திருப்பூரில் சொன்னது. மற்றும் கடைசியாகச் 'சூத்திரன் பிராமணனுடைய தொழிலைச் செய்வதாலேயே பிராமணன் ஆகமாட்டான். எப்படி ஒரு பிராமணன் எந்த விதமான இழிவான தொழிலைச் செய்தாலும் அவன் பிராமணனே ஒழிய சூத்திர ஜாதி ஆகமாட்டானோ, அதுபோல ஒரு சூத்திரன் எவ்வளவு மேலான பிராமணன் தொழிலைச் செய்தாலும் பிராமணன் ஆகமாட்டான். இது பிரம்மாவினால் நிச்சயிக்கப்பட்ட உண்மையாகும், தத்வமாகும் (அத்தியாயம் 10 ஸ்லோகம் 713) பிராமண தர்மம் - பிராமணன் கீழான தொழிலைச் செய்த போதிலும் பயிரிடும் தொழிலை (உழுவதை) கண்டிப்பாய்ச் செய்யக்கூடாது. அதைச் செய்யாவிட்டால் ஜீவனத்திற்கு மார்க்கமில்லை என்கின்ற

காலத்தில் அந்நியனைக்க கொண்டு செய்விக்கலாம். (அத்தியாயம் 10, ஸ்லோகம் 83) ஏனெனில் அந்தப் பிழைப்பு இரும்புக் கலப்பையையும் மண்வெட்டியையும் கொண்டு பூமியை வெட்ட வேண்டியதாகும். ஆகையால் பிராமணர் உழுது பயிரிடுதல் கூடாது என்பதாகும். (அத்தியாயம் 10 ஸ்லோகம் 84) தாழ்ந்த ஜாதியான் மேலான ஜாதியனின் தொழிலைச் செய்தால் அவனுடைய பொருள் முழுமையும் பிடுங்கிக் கொண்டு அவனையும் நாட்டை விட்டு அரசன் உடனே விரட்டி விட வேண்டும். (அத்தியாயம் 10 ஸ்லோகம் 96). சூத்திரனுக்கு சமஸ்காரங்கள், ஓமம் வளர்த்தல் முதலியவைகளுக்கு உரிமை கிடையாது. (அத்தியாயம் 10 ஸ்லோகம் 126). சூத்திரன் எவ்வளவு தகுதியுடயவனாயினும் தன் ஜீவியத்துக்கு அதிகமாக பொருள் சம்பாதிக்கக்கூடாது. அப்படி சம்பாதித்தால் அது பிராமணனுக்கு இம்சையாக நேரும் (அத்தியாயம் 10 ஸ்லோகம் 129). சூத்திரனுக்கு யாகாதி கர்மங்கள் சம்பந்தமில்லை. அதனால் அவன் வீட்டிலுள்ள செல்வத்தை பிராமணன் தாராளமாக வலுவினாலும் கொள்ளலாம். (அத்தியாயம் 11 ஸ்லோகம் 13) அசுரர்கள் என்பது சூத்திரர்களைத்தான் என்பதற்கு ஆதாரம். மனு தர்ம சாஸ்திரத்தில் 11ஆம் அத்தியாயம் 20 ஆம் ஸ்லோகத்தில் காணப்படுகிறது. அதாவது யாகம் செய்யாதவர்கள் அசுரர்கள் அவர்கள் பொருளைக் கவ்வுவது தர்மமாகும் என்று குறிப்பிடப்பட்டிருக்கிறது. திராவிடர்கள் சூத்திரர்கள், சூத்திரர்களுக்கு யாகாதி காரியங்களுக்குள் உரிமையில்லை. யாகம் செய்யாதவர்கள் அசுரர்கள். இந்த மாதிரி குறிப்புகள் மனுதர்ம சாஸ்திரத்தில் இருக்குமானால் மனுதர்ம சாஸ்திரமே இந்து மதத்திற்கேற்பட்ட தர்மமானால் திராவிடர்கள் இந்துக்களானால் திராவிடர்களின் நிலை என்ன என்பதை பொது மக்கள் உணர்ந்து பார்க்க வேண்டுமாய் விரும்புகிறேன். இப்படிப்பட்ட இழிவுகளேற்பட்ட தன்மை திராவிட சமுதாயத்திற்கே இருக்க கூடாதென்றும். அவை எப்படியாவது ஒழிக்கப்பட்டே ஆக வேண்டுமென்றும்

அதற்கு முக்கிய எல்லையான திராவிட நாட்டை (சென்னை மாகாணத்தை) பரப்பாக வைத்து அதிலுள்ளவர்களை திராவிடர்களாக கருதி நடத்தப்படும் திராவிடர் கழக திராவிட நாடு எழுச்சிக்கு தமிழ்நாடு, ஆந்திரநாடு, கேரளநாடு, கர்நாடக நாடு என்பதான கிளர்ச்சிகளை இந்த முக்கிய குறிப்பில்லாமல் குறுக்கே போட்டு மொழியைப் பிரதானமாக வைத்துக்கொண்டு போராடுவதென்றால் மனுதர்ம சாஸ்திரத்தை மெய்ப்படுத்துகிறோம், என்பதல்லாமல் அதில் வேறு தன்மை என்ன இருக்கிறதாகக் காணமுடியும்.

தந்தைப்பெரியார் (குடி அரசு கட்டுரை, 20/09/1947)

வேதா - திராவிடர் என்றால் சூத்திரன் என்ற பொருள், அப்போ திராவிட சிசு ஆதிசங்கரர் யார் பெரியாரே?

* * *

தமிழ் புத்தாண்டைப் புதைத்த பெரியார்!

பெரியார் - அறுபது ஆண்டுகளான பிரபவ முதல் அட்சய வரை இடையில் புகுந்த ஆண்டுகள். இவை தமிழாண்டுகள் இல்லை, ஆரிய முறை சமஸ்கிருத ஆண்டுகளாகும். ஆனால் தமிழனுக்கும் நாதியற்ற தமிழனுக்கு என்ன வருஷம் இருக்கிறது? அதற்கு என்ன கருத்து என்று பார்ப்போமானால் தமிழன் என்கின்ற பெயர் வைத்துக்கொண்டு இந்த நாட்டில் வாழ்வதற்கு வெட்கமில்லையா? என்று தான் தோன்றும். தமிழனின் நிலையை ஆரியர்கள் தங்கள் சாமர்த்தியத்தால் மானங்கெட்ட காட்டுமிராண்டி, லம்பாடி சமூகமாக ஆகிவிட்டால் இவ்வளவு இழிவு ஏற்பட்ட இந்தக்காலத்திலும் தமிழனுக்கு சூடு, சொரணை ஏற்படுவதில்லை. கோவிலுக்கு தேவதாசிகளை விட்டவனே தமிழனே என்றால் மற்றபடி தமிழனால் ஆக்கப்பட வேண்டிய இழி செயல் வேறு என்ன இருக்கிறது? ஆகையால் இனியாவது தமிழர்கள் இந்த அறுபது வருஷ முறையைக் காரித்துப்பிவிட்டு கி.பி.யையோ, ஹிஜ்ரியையோ, கொல்லத்தையோ, விக்கிரமாதித்தனையோ, சாலிவாகனனையோ அல்லது வேறு ஏதாவது ஒருசனியனையோ குறிப்பு வைத்துக் கொள்வார்களா? என்றும் அவ்வளவு சூடு சொரணை தமிழனுக்கு உண்டா என்றும், கெஞ்சிக் கேட்கிறோம்.

(குடி அரசு 08/04/1944)

"தை யாழ் தத்தளிக்கும் தமிழா,
தையல்ல உனக்குத் தமிழ் புத்தாண்டு
அண்டிப் பிழைக்க வந்த
திராவிட கூட்டம் காட்டியதே
அறிவுக்கொவ்வா ஐநூறு அறிஞர்கள்
செங்கோல் ஏந்திய செந்தமிழனுக்கு
சித்திரை முதல் நாளே தமிழ் புத்தாண்டு"

கவிஞர் வேதா

அறுபது ஆண்டுகளான பிரபவ முதல் அட்சய வரை இடையில் புகுந்த ஆண்டுகள், இவை தமிழாண்டுகள் இல்லை, ஆரிய முறை சமஸ்கிருத ஆண்டுகளாகும் என பெரியாரின் குற்றச்சாட்டு...... இடையில் புகுந்த அறுபது ஆண்டுகள் என்றால் இடைக்காட்டுச் சித்தர் இயற்றிய வருட வெண்பா பாடல் சங்க காலத்தில் சமஸ்கிருதத்தில் எழுதப்பட்டதாப் பெரியாரே?

தமிழில் ' மன்மத ஆண்டு வெண்பா'-

"மன்மதத்தின் மாரியுண்டு
வாழுமுயிரெல்லாமே
நன்மைமிகும் பல்பொருளுநண்ணுமே
மன்னவரால் சீனத்திற் சண்டையுண்டு
தென்திசையில் காற்றுமிகு
கானப் பொருள் குறையுங் கான்"__

ஆனால் தமிழனுக்கும், நாதியற்ற தமிழனுக்கு என்ன வருஷம் இருக்கிறது? (பெரியார்)

நாதியற்ற தமிழனுக்கு நக்கீரர் என்னும் புலவரால் சங்க காலத்தில் இயற்றிய "நெடுநல்வாடை" என்னும் நூலில்

கூட, மேஷத்தில் சூரியன் நுழைந்த மாதமே சித்திரை முதல் மாதமாகவும், மேழமே முதல் ராசியாகவும் கருத்தை மேலும் ஊர்ஜிதப்படுத்த 12 ஆம் நூற்றாண்டிற்கு முன்பாக கிடைத்த **"அகத்தியர் பன்னிராயிரம்"** என்னும் நூலின் பாடல்:-

"மேடமென்னும் ராசியாம்

மதனிற் கேளு மேலானா யசுவனி

முதலாம் பாதம் குலவியே கதிரவந்தான்

வந்திருக்க வருச புருசன்

அவதரிப்பானென்றே

பரிவுடன் உலகிற்கு நீசாற்றே".___

மேலும் பெரியாரின் குமுறல் "தமிழர்கள் இந்த அறுபது வருஷ" முறையை காரித்துப்பிவிட்டு கி.பி.யையோ, ஹிஜ்ரியையோ, கொல்லத்தையோ, விக்கிரமாதித்தனை யோ, சாலிவாகனனையோ அல்லது வேறு ஏதாவது ஒரு சனியனையோ குறிப்பு வைத்துக் கொள்வார்களா? **வேறு ஏதாவது ஒரு சனியனையோ குறிப்பு வைத்துத்தான் திருவள்ளுவர் ஆண்டை பெரியார் பறைச்சாற்றினாரோ?**

அறுபது தமிழாண்டுகள் எல்லாம் ஆரிய முறை ஆண்டுகள் என்றால் அப்போ ஆரியர்கள் வந்து தமிழர்களை ஆண்டார்களா? பகுத்தறிவு பக்கவாதங்களே தமிழ் மூத்த மொழி செம்மொழி என்றால் தமிழை வைத்துத்தான் மற்ற மொழிகள் பின்பற்ற வேண்டும். அப்படி தமிழ் அறுபது ஆண்டை பின்பற்றிய சீனாவும் சரி, சுமேரியா நாட்டு மக்களும் சரி, மேலும் மாயன் மக்கள் மத்தியிலும் சரி, இந்த அறுபது வருட சுழற்சி முறை இன்னமும் புழக்கத்தில் உள்ளது.

ஏன் சட்டத்தை இயற்றும் போது மட்டும் தமிழர் திருநாள் ஆனால் நடைமுறைப் படுத்தும் போது திராவிட திருநாள் கொண்டாடுகிறீர்கள்? தமிழன் என்று சொன்னால் அதில் பார்ப்பானும் வந்து சேர்ந்து விடுகிறான், எனவே தான் நாங்கள்

தமிழன் என்று சொல்லவில்லை என திராவிட கழகத் தலைவர் கி.வீரமணி திராவிட திருநாளுக்கு விளக்கம் கூறினாலும் மற்றொரு மேடையில் திராவிடர்கள் என்றால் தமிழர்களும் அடக்கம் என இந்த பதிலுக்காக பக்கவாதம் வந்துவிடும்.

"**தை நீராடல்**" என்னும் சூரிய வழிபாடு ஒரே காரணத்திற்காக உதய சூரியன் சின்னம் கொண்ட திமுக...தை முதல் நாளே தமிழ்ப்புத்தாண்டு என *29/01/2008* அன்று அரசாணை வெளியிட்டது. மேலும் *1971* இடையில் புகுந்தது திருவள்ளுவர் ஆண்டு, அதுவும் நமது முன்னாள் முதலமைச்சர் மு.கருணாநிதி ஆட்சியில் சட்டப்பேரவையில் *23/01/2008* அன்று ஆளுநர் ஆற்றிய உரையில்... பக்கம் *38 – 39.*

"மறைமலையடிகள் தலைமையில் ஐநூறுக்கும் மேற்பட்ட புலவர்பெருமக்கள், *1921* ஆம் ஆண்டு சென்னைபச்சையப்பன் கல்லூரியில் ஒன்றுக்கூடி, தமிழர்களுக்கென ஒரு தனி ஆண்டு தேவை என்று கருதி அய்யன் திருவள்ளுவர் பெயரில் தொடர் ஆண்டு ஒற்றைப் பின்பற்றுவது என்றும், அதையே தமிழ் ஆண்டு எனக் கொள்வதென்றும், திருவள்ளுவர் பிறந்த ஆண்டு கி.மு.*31* என்றும் முடிவு எடுத்தார்கள் என்கிறது கலைஞர் எழுதிக் கொடுத்த ஆளுநர் உரை, ஆனால் "**மறைமலையடிகள் வரலாறு**" என்ற நூலின் உரை கூறுவது என்னவென்றால்...*1921* தைத் திங்கள் முதல் நாள் யாழ்ப்பாணத்தில் அடிகள் '**தமிழர் நாகரிகம்**' என்னும் தலைப்பில் உரையாற்றினார்... அப்போ திராவிடத்தின் திருவள்ளுவர் ஆண்டு திணிப்பு தவிடுப்பொடியாகி விட்டது தான் இந்த மேற்குறிப்பிட்ட ஆதாரம். ஆனால் இது ஒப்புக்கொள்ளாத கலைஞர் கூறுகிறார்...'தமிழ் கடல் மறைமலையடிகள் சொல்வதே ஆதாரம் என்றார்'.

தமிழ் கடல் தான் சொன்னாரேத் தவிர தமிழ் கடவுள் சொல்லவில்லை. மறைமலையடிகளோ சிவனடியார், அதுவும் சிவனடியார்கள் சொன்னால் நம்புவோமா? இங்கே சிவனே

**சொன்னாலும் நம்பாத நக்கீரர் நற்றமிழ் கூட்டமடா நாங்க!
சிவனுக்கே பாடம் நடத்திய முதல் பகுத்தறிவு பகலவென் நக்கீரர்
தான் தவிர, பெரியார் அல்ல...தோழரே!**

தமிழர் திருநாளை திராவிட திருநாள் கொண்டாடுவது
எப்படி என்றால்?...எப்படி பெரிய மரத்தின் அடியில்
மற்றொரு மரத்தை நட்டு வைத்தால் அது துளிர்க்காது,
தாமாகவே வளர்வதற்கு இயலாமல் அழிந்து விடும்,
அதேப்போலத்தான் சித்திரை தமிழ் புத்தாண்டு என
பெரிய மரத்தின் அடியில் தை புத்தாண்டு என மற்றொரு
மரத்தை நட்டு வைத்தால் அதுவே...அழிந்துவிடும்.
அந்த முயற்சியில் தான் முதல்வர் ஸ்டாலின் அவர்கள்
13/04/2022 தமிழக சட்டப்பேரவையில் விதி 110 இன் கீழ்
அம்பேத்கரின் பிறந்த நாளான ஏப்ரல் 14 ஆம் தேதி இனி
சமத்துவ நாளாகத் தான் கொண்டாடப்படும் தவிர...... தமிழ்
புத்தாண்டாக திராவிட அரசு சார்பாக கொண்டாடப்படாது
என புத்தாண்டைப் புதைத்த பெரியாரின் பேரன் ஸ்டாலின்
புகழ் வாழ்க... திராவிட தோட்டாப்படி...கல் தோன்றி மண்
தோன்றாக் காலத்துக்கு முன் தோன்றியது தமிழ் என்றால்...
**திருவள்ளுவருக்கு பின் தோன்றியது ஏன் இந்த தை தமிழ்
புத்தாண்டு? தமிழ் எண்களையே தீர்மானிக்காத திராவிட
அறிஞர்களால், எப்படி தமிழ் புத்தாண்டின் எண்களை
தீர்மானித்தார்கள்?** ஏன் என்றால்? எண் கணித நூலான **கணித
தீபிகை** 1825 ல் பந்துலு ராமசாமி நாயக்கர் அவர்களால்
எழுதப்பட்டதே தவிர தமிழ் அறிஞர்களால் அல்ல...தமிழ்
எழுத்து சீர்திருத்தம் என்றால்...... **ஈ.வெ.ராமசாமி நாயக்கர்...**
தமிழ் எண் கணித நூல் என்றால் **பந்துலு ராமசாமி நாயக்கர்......**
அதனால்தான் தமிழ் எண்களையே தீர்மானிக்காத திராவிட
அறிஞர்களால், எப்படி தமிழ் புத்தாண்டின் எண்களை
தீர்மானித்தார்கள்? இப்படித்தான் தமிழ்ப் பாட நூல்களில்
கூட, **தமிழ் எண்களை அரேபிய எண்கள்** என்றே வெளியிட்டு
வருகிறார்கள். ஆனால் உண்மை அதுவல்ல... *The First of the*

*Arabic Writers Mentioned is Al Kindi (800—870 A.D) who Wrote Five Books on Arithmetic and Four Books on the Use of the Indian Method of reckoning. (**Source** – **The Hindu** – **Arabic Numerals** By David Eugene Smith & Louis Charles Karpinski – Boston & London Ginn & Company, Publishers 1911 Library of the **University of California**)* பிரிட்டிஷ் ஆட்சியிலே ஆங்கில அறிஞர்கள் கூட இது அரேபிய எண்கள் அல்ல, இந்திய இந்து எண்கள் அறிவித்தார்கள், ஆனால் *1961* லே இந்திய அரசாங்கம் கல்வி தொடர்பாக உலகத்தில் வழங்கி வரும் அரேபிய எண்களளை பயன்படுத்துவது என்று மத்திய கல்வி ஆலோசனைக் கூட்டத்தில் அறிவித்தார்கள். ஆனால் அதே *1961-62* லே *Indian Archaeology* அதாவது இந்திய தொல்லியல் ஆய்வகம் வெளியிட்ட அறிக்கையில்:- *Tamil Inscription in Brahmi, Arachchalur, District Coimbatore – Engraved in the Brahmi Script of about the third Century A.D on the bed of a Natural Cavern in the Nagamalai Hill. (**Source** – Indian Archaeology 1961-62 A Review Edited By A.Ghosh Director General of Archaeology in India – Archaeological Survey of India, Government of India, New Delhi 1964 Publication)*

ஒன்பதாம் நூற்றாண்டில் பிறந்த அரேபிய எண்கள் மூன்றாம் நூற்றாண்டில் கண்டறியப்பட்ட தமிழ் பிராமி எழுத்துமுறை அடிப்படையில் தான் உள்ளது. வியப்பு என்னவென்றால், இரண்டாம் நூற்றாண்டு முதல் சங்க காலத் தமிழர் வாணிகம் முறை ஒன்பதாம் நூற்றாண்டில் பிறந்த அரேபிய எண்களுக்கு ஏங்கி இருந்துதா? பெரியாரே! *1961* இந்திய தொல்லியல் ஆய்வகம் வெளியிட்ட அறிக்கையில் தமிழ் மொழி தான் இந்தியாவின் மூத்த மொழி, ஆனால் *1911* லே பிரிட்டிஷ் அறிஞர்கள் *'The Hindu Arabic Numerals'* என்ற நூலில் இது அரேபிய எண்கள் அல்ல, இந்திய இந்து எண்கள், மேலும் இந்து கோவில்களின் எண்ணிக்கை *Madras Presidency* யில் 90% சதவீதம் கோவில்கள் தான்

இந்தியாவில் உள்ள இந்து கோவில்கள், அதாவது *DNA of Hindu Temple is Tamilnadu in India.* அதனால் தான் நீ ஹிந்து என்று சொன்னால் தமிழ் எண்கள் கண்டுபிடித்து விடுவாய், அதனால் தான் தமிழர்களுக்கும் இந்து மதத்திற்கும் சம்பந்தம் இல்லை என பெரியார் தொடர்ந்து வலியுறுத்தினார். மேலும் திராவிட ஆட்சியில் தான் தமிழ்ப் பாட நூல்களில் பயிற்சி வினாக்களாக பொருந்துக என்ற தலைப்பில் அரபு எண்கள் எது? தமிழ் எண்கள் எது? இப்படி தமிழ் எண்களை அரேபியர்களுக்கு தாரை வார்த்து விட்டு போதாது என்பதால் தமிழ் அறுபது ஆண்டுகளையும் ஆரியர்களுக்கு தாரைவார்த்து விட்டார்கள்.

திராவிட அறிஞர்கள் கணித தீபிகை அறிமுகம் செய்து திராவிட களஞ்சியம் என்ற பெயரில் போலியான கல்வெட்டுகளை உருவாக்கி, தமிழனை முட்டாளாக்கி தமிழக முதல்வராக வாழ்கிறார்கள்.

நாட்கள் தமிழில், வாரம் தமிழில், மாதம் தமிழில், ஆனால் தமிழ் அறுபது ஆண்டுகள் மட்டும் சமஸ்கிருதமா? பெரியாரே!

* * *

பெரியார் – புரட்சிக் கலப்பு திருமணம்!

பெரியார் - பல திருமணங்கள் பார்ப்பனியத்தை நீக்கியும் நடைபெற்றிக்கும் என்பது உண்மையே, ஆனால், இது மட்டும் போதாது, நம் இனம் சமுதாயம் ஒன்றாக வேண்டுமானால், நம்மிடையே நுழைக்கப்பட்ட ஜாதி ஒழிந்தே தீர வேண்டும். ஜாதி எப்படி ஒழியும்? கலப்பு மணம் செய்து கொண்டவர்களுக்குப் பிறக்கும் குழந்தைகள் ஜாதியில்லாமல் பிறக்கின்றன, அவர்களை எந்த ஜாதி யாருமே ஏற்றக் கொள்ளமாட்டார்கள். ஆதலால், சமுதாய புரட்சியில் உண்மையான ஆர்வமும் துணிவும் கொண்டவர்கள் கலப்பு மணத்தையே செய்து கொள்ள வேண்டும். சென்ற வாரத்தில் சென்னை டாக்டர் சடகோப முதலியார் அவர்களின் மகன் டாக்டர் ஜாதி மதம் மொழி ஆகிய மூன்றிலும் மாறுபட்ட ஒரு பெண்ணை திருமணஞ்செய்து கொண்டார். இது போன்ற கலப்பு திருமணங்கள் ஆயிரக்கணக்கில் நடைபெற வேண்டும், அப்போதுதான் நம் சமுதாயத்தில் நிரந்தரஐக்கியம் ஏற்படும். ஜாதித்தடை காரணமாகத் திருமணம் செய்து கொள்ள முடியாம விருப்பவர்களுக்குச் சர்க்கார் தனிச்சலுகை காட்டி, பெற்றோர் சொத்திலும் உரிமை பெறும்படியாச் செய்வோம் என்று நாளைக்கு ஒரு சட்டம் வருமேயானால் ஒரே மாதத்தில் இந்திய நாட்டில் ஒரு இலட்சம் திருமணங்கள் நடைபெறுவதை காணலாம்.

(பெரியார், விடுதலை 01/09/1950)

வேதா – கலப்புத் திருமணம் வழிகாட்டியாக இருந்த சமூகப்போராளி முத்துலட்சுமி ரெட்டி அவர்களே கலப்பு திருமணம் செய்யாமல் டி.சுந்தர ரெட்டி என்பவரை வாழ்க்கைத் துணையாக அமைத்துக் கொண்டார், ஆனாலும் Dr. முத்துலட்சுமி ரெட்டி பெயரிலே கலப்பு திருமணம் நிதி உதவியாம்... இத்திட்டம் முன்பு அஞ்சுகம் அம்மையார் நினைவு கலப்பு திருமணம் நிதியுதவி திட்டம் இருந்தது. அஞ்சுகம் அம்மையார் வேறு யாரும் இல்லை......கலைஞர் மு.கருணாநிதியின் தாயார்... கலைஞர் அம்மா பெயரை கூட ஏற்காத அம்மா அரசு 08/07/2011 ஆம் ஆண்டு Dr. முத்துலட்சுமி ரெட்டி என பெயர் மாற்றம் செய்தது தவிர கொள்கை மாற்றம் செய்ய வில்லை... மேலும் திராவிட கட்சியில் உறுப்பினராகும் ஒவ்வொருவரும் தங்கள் வீட்டுப்பிள்ளைகளை, தாழ்த்தப்பட்ட இனத்தைச் சேர்ந்த ஆணுக்கோ பெண்ணுக்கோ தான் திருமணம் செய்து கொடுப்போம் என உறுதிமொழி கொடுத்து சுயமரியாதை காப்பாற்ற தொண்டர்களுக்கு நிபந்தனை விதிக்க முடியுமாப் பெரியாரே? கட்சிக்குள்ளேயே சமதர்மத்தை திீட்ட முடியாதவர்கள் எப்படி சமதர்மத்தைப் போயும் போய் சமுதாயத்திற்குள்ளே திணிக்க பார்க்காதீர்கள் பெரியாரே! ஜாதித்தடை காரணமாக திருமணம் செய்து கொள்ள விரும்புவர்களுக்கு சர்க்கார் தனிச் சலுகையும் காட்டியது. அதுதான் 'சிறப்பு திருமணச் சட்டத்தின்' கீழ் *Special Marriages Act 1954* மதங்களுக்கு இடையேயான மற்றும் கலப்பு திருமணத்தை இந்த சட்டம் 09/10/1954 ல் மத்திய அரசாங்கம் அங்கீகாரம் கொடுத்தது. இந்த சட்டத்தை 'சுயமரியாதை திருமணச் சட்டம் என்ற பெயரில் பேரறிஞர் அண்ணா அவர்கள் 28/11/1967 ல் தமிழக சட்டமன்றத்தில் அறிவித்தார். ஆனால் அண்ணா மறைவிற்குப் பிறகு 10/02/1969 க்கு பிறகு கலைஞர் அவர்கள் இந்த திட்டத்தை அஞ்சுகம் அம்மையார் நினைவு கலப்பு திருமணம் நிதியுதவி திட்டம் என பெயரை மாற்றிக்கொண்டார்.

சுயமரியாதையில் பெற்றெடுத்த திட்டத்திற்கே தன்னுடைய பெருமையைப் பேச கலைஞர் தன் தாயார் பெயர் சூட்டி அழகு பார்க்கும் போது பகுத்தறிவுக்கே பக்கவாதம் ஏற்படும், அப்போ பெற்றோர்கள் பெற்றெடுத்த பிள்ளைகளின் பெயரை மாற்ற, கலப்பு திருமணம் வெங்காயத்தை விற்க வெல்லமண்டியில் வியாபாரம் எதற்குப் பெரியாரே? அதற்கு ஓர் சான்றாக கோவை மாவட்டம் ஆனைமலை பஞ்சாயத்து யூனியன் 12 வது வார்டு அதிமுக கவுன்சிலராக இருப்பவர் கஸ்தூரி. இந்த வார்டு ஆதிதிராவிடருக்காக ஒதுக்கப்பட்டதாகும். இதில் கஸ்தூரி போட்டியிட்டு வெற்றிப்பெற்றார். இதில் அவரை எதிர்த்து போட்டியிட்டு தோல்வி அடைந்த திமுக வேட்பாளர் சிவப்பிரகாசம் கோவை செசன்சு கோர்ட்டில் ஒரு வழக்கு தொடர்ந்தார். அதில் கஸ்தூரியின் தந்தை நாயக்கர் இனத்தைச் சேர்ந்தவர், தாயார் ஆதி திராவிடர் இனத்தைச் சேர்த்தவர். தந்தை எந்த ஜாதியோ அது தான் குழந்தைக்கும் பொருந்தும். ஆனால் கஸ்தூரி தனது தாயாரின் ஜாதியை காட்டி ஆதி திராவிடர் என சான்றிதழ் பெற்றுள்ளார். எனவே அவர் வெற்றி செல்லாது என அறிவிக்க வேண்டும் என்று கூறியிருந்தார். இந்த வழக்கை விசாரித்த நீதிபதி... கஸ்தூரி வெற்றி செல்லாது என்று தீர்ப்பு கூறினார். இதை எதிர்த்து கஸ்தூரி சென்னை உயர்நீதிமன்றத்தில் அப்பீல் செய்தார். வழக்கு எண் –*C.R.P. NPD No 3515 /2008 & M.P. No 1/2008* நீதிபதி ஆறுமுகப் பெருமாள் ஆதித்தன் இதை விசாரித்தார். இரு தரப்பு வாதங்களையும் கேட்ட பின்னர் தீர்ப்பளித்த நீதிபதி, தாயின் ஜாதியும் குழந்தைக்கும் பொருந்தும், எனவே கஸ்தூரிக்கு ஆதிதிராவிடர் என சான்றிதழ் கொடுத்தது சரியானது, என சென்னை உயர்நீதிமன்றம் *07/01/2009* அன்று தீர்ப்பளித்தது. ஒரு புதிய வெளிச்சத்தை நீதிபதிகள் காட்டியிருக்கிறார்கள் வீரமணி அவர்களே! **கலப்பு திருமணத்தில் பிறந்த வாரிசுகளுக்கு சாதி சான்றிதழ் வழங்கியது செல்லுமே,**

என்றால்...அப்போ கலப்பு திருமணம் எதற்குப் பெரியாரே? அதுவும் பெரியார் சொன்னதுப் போல கலப்பு மணம் செய்து கொண்டவர்களுக்குப் பிறக்கும் குழந்தை ஜாதியில்லாமல் பிறக்கின்றன...கலப்பு திருமண வெங்காயத்தால சாதியை கூட ஒழிக்க முடியுல அப்போ எப்படி மதத்தை ஒழிப்போம் பெரியாரே? ஏன் என்றால்? மதம் மாறியவர்களுக்கு கலப்பு திருமணச் சான்று வழங்கினால் பலன்கள் தவறாக பயன்படுத்தப்படும் என சென்னை உயர்நீதிமன்றத்தில் *26/11/2021* அன்று தீர்ப்பு வழங்கினார்கள் பெரியாரே! அந்த வழக்கு தீர்ப்பு எண்– *W.P.No. 15193/2016 & W.M.P Nos 13240/2016, 13241/2016 Madras High Court.* இந்த வழக்கு சேலம் மாவட்டம் மேட்டுரைச் சேர்ந்த கிறிஸ்தவ ஆதிதிராவிடர் வகுப்பைச் சேர்ந்த பால்ராஜ் என்பவர், அருந்ததியர் சமுதாயத்தை சேர்ந்த அமுதா என்பவரை திருமணம் செய்து கொண்டார். கிறிஸ்தவ ஆதிதிராவிடர் என்பதால் பிற்படுத்தப்பட்ட வகுப்பினர் என சாதிச் சான்றிதழ் பெற்ற அவர், தனக்கு கலப்பு மணம் புரிந்து கொண்டதற்கான சான்றிதழ் வழங்கக் கோரி விண்ணப்பித்தார். அந்த விண்ணப்பத்தை பரிசீலித்த மேட்டூர் வட்டாட்சியர், மதம்மாறியவருக்கு கலப்பு திருமணச் சான்று வழங்க முடியாது என்று கூறி, விண்ணப்பத்தை நிராகரித்தார், இதை எதிர்த்த பால்ராஜ் தாக்கல் செய்த வழக்கு, நீதிபதி எஸ். எம்.சுப்ரமணியம் முன்பு விசாரணைக்கு வந்தது. அப்போது அரசு தரப்பில், கடந்த *1997* ஆம் ஆண்டு அரசாணைப்படி... மதம் மாறிய நபர்களுக்கு கலப்பு திருமணச்சான்று வழங்க உத்தரவு விட முடியாது. அவ்வாறு வழங்கினால் பலன்கள் தவறாக பயன்படுத்திக் கூடும், தவிர மதம் மாறுவதால் ஒருவரது சாதி மாறிவிடுவது இல்லை. ஒரே சாதியையோ அல்லது வகுப்பையோ சேர்ந்த தம்பதியர் கலப்பு திருமணச் சான்று பெற தகுதியானவர்கள் அல்ல...கலப்பு மணம் புரிந்தவர்களுக்கான சலுகைகள் தகுதியானவர்களை மட்டுமே சென்றடைய வேண்டும். ஒருபோதும் தவறாக பயன்படுத்தப்படக் கூடாது என்று கூறி **வழக்கை தள்ளுபடி**

செய்து பெரியாரின் தடியை கூட தள்ளுபடி செய்தது இந்த உயர்நீதிமன்றம். கலப்பு திருமண வெங்காயத்தால சாதியை கூட ஒழிக்க முடியுல அப்போ எப்படி மதத்தை ஒழிக்க முடியும் பெரியாரே? இந்த வெங்காயம் போதுமா... இன்னும் கொஞ்சம் வேணுமாப் பெரியாரே......

நாளைக்கு ஒரு சட்டம் வருமேயானால் ஒரே மாதத்தில் இந்திய நாட்டில் ஒரு இலட்சம் திருமணங்கள் நடைபெறுவதைக் காணலாம்...என பெரியார் அதிரடியாக அறிவித்தப் பிறகு *09/10/1954* ல் சிறப்பு திருமணச் சட்டமும் வந்தது, ஆனால் சட்டம் வந்த ஒரே மாதத்தில் ஒரு இலட்சம் கலப்பு திருமணங்கள் நடைபெறவில்லை. ஏன் என்றால்? அப்படி கடந்த *66* வருடத்தில் *7* கோடியே *94* லட்சம் ஜோடி கலப்பு திருமணங்கள் நடைபெற்றிக்க வேண்டும் பெரியாரே? ஆனால் நடைமுறையில் *13/03/2016* உடுமலை *சங்கர் கொலை வழக்கு நடைபெற்றப் பிறகு தமிழகத்தில் மட்டும் 4088 கலப்பு திருமணங்களின் எண்ணிக்கை அதிரடியாக 13 ஆக ஏன் குறைந்ததுப் பெரியாரே?*

Source *– Dr.Ambedkar Scheme for Social Integration through (Inter Caste Marriages, 2013)*

ஆண்டுகள்	கலப்பு திருமணங்கள்
2015-16	*4088*
2016-17	*1249*

மேலும், வன்கொடுமை தடுப்பு திருப்பூர் நீதிமன்றத்தில் *13/12/2017* ல் ஆறு பேருக்கு தூக்கு தண்டனை தீர்ப்பு வெளியான நேரத்தில் கூடுதலாக *97* கலப்பு திருமணங்கள் நடைப்பெற்றது.

2017-18	*1346 கலப்பு திருமணங்கள்.*

ஆனால் எப்போ முதல் குற்றவாளியான கௌசல்யாவின் தந்தை சின்னச்சாமியை சென்னை உயர்நீதிமன்றம் விடுதலை செய்தது, மற்றும் ஐந்து பேரின் தூக்கு தண்டனையை ரத்து செய்து ஆயுள் தண்டனையாக மாற்றி தீர்ப்பளிக்கப்பட்டதோ......பல கலப்பு திருமணங்களை கதிகலங்க வைத்த நாள் தான்...22/06/2020......அதனால்தான்,

ஆண்டுகள்	கலப்பு திருமணம்
2018-19	22
2019-20	13
2020-21	57

இது ஒட்டுமொத்தமாகப் பார்த்தால், உடுமலை சங்கர் கொலை வழக்குக்குக் முன் தமிழகத்தில் வருடத்திற்கு 4088 கலப்பு திருமணங்கள் வரை நடைபெற்றது, ஆனால் தீர்ப்பு வந்த பிறகு வெறும் 57 கலப்பு திருமணங்கள் தான் நடைப்பெற்றது. அப்போ **ஆணவப் படுகொலை, கலப்பு திருமணத்திற்கு கல்லணையாக நிற்கிறதா......பெரியாரே?** 2017 ஜல்லிக்கட்டு போராட்டமே ஜெர்சி இன பசுக்களையை தடை செய்து தன் நாட்டுக் காளை பசு மாட்டு இனங்களை காப்பாற்ற வேண்டும், என மாபெரும் போராட்டத்தில் தான் **தமிழர்கள் தன் வீட்டு காளை பசுமாடுகளுக்கே கலப்பு திருமணம் செய்ய வைக்காதவர்கள், எப்படி தன் வீட்டுப் பிள்ளைங்களுக்காக கலப்பு திருமணத்தை... நடத்தி வைப்பாங்களாப் பெரியாரே?**

ஆனால் பெரியாரின் தடியால் ஒரு தடாலடி வருமேப் பாருங்க...... இது சங்கி காவிகளின் ஆட்சி... அதான், வன்கொடுமைக்கு எதிரான தீர்ப்பு... சரி அப்போ காவி ஆட்சியில் கலப்பு திருமணம் நிதி உதவி 2014 லே ராஜஸ்தான் மாநிலத்தில் 5 லட்சம் ரூபாய், மத்திய பிரதேசத்தில் 2 லட்சம்ரூபாய், கோவாவில் 1 இலட்சம் ரூபாய்......ஆனால் தமிழ்நாடு மட்டும் 50 ஆயிரம் ரூபாய். **காவிக் கொடி ஆட்சியில்**

கூட கலப்புத் திருமணத்திற்கு ரூபாய் ஐந்து இலட்சம் நிதி......
ஆனால் லட்சத்தை கூட தாண்டாத திராவிட லட்சணத்தின்
நிதியாட்சி! அப்போ... இந்த திராவிட மாடல் ஓர் வெங்காயம்
ஆட்சி தானே பெரியாரே?

* * *

தந்தை பெரியார் தலைமையில் குழந்தை திருமணம்!

பெரியார் - இம்மாதிரி பெண்களுக்கு மறுமணம் என்பது எங்கள் பக்கங்களில் அநேக வகுப்புகளுக்குள் இருக்கின்றது. சில இடங்களில் அனுபவத்தில் இல்லாமலும் இருக்கின்றது என்றாலும் எங்கள் வகுப்பு அதாவது பலுஜ நாயுடு என்பது போன்றவைகளில் முன்னால் வழக்கம் இருந்ததோ இல்லையோ என்பதைக் கவனிக்காமல் இப்போது செய்யப்பட வேண்டும் என்று எங்கள் மகா நாடுகளில் தீர்மானமாய் இருக்கின்றது. எனது தங்கை பெண்ணுக்கே விதவை மணம் செய்யப்பட்டிருக்கின்றது.

(திராவிடர் திருமணம் நூல் பக்கம் 8)

வேதா – அப்போ பெரியாரின் வாக்குமூலப்படி பெண்களுக்கு மறுமணம் என்பது அநேக வகுப்புகளுக்குள் இருக்கின்றது, அதுவும் பெரியார் வந்துதான் பெண்களுக்கு மறுமணம் நடந்ததா தோழரே?...நடந்து திருமணமாகி ஒரே மாதத்தில் விதவையான தன்னுடைய தங்கையின் 10 வயது மகளுக்கு மறுமணம் செய்து வைத்தார் பெரியார். (சான்று...பெண்களின் விடுதலையில் பெரியார் - - தலைப்பில்......17/09/2021...இந்து தமிழ் திசை நாளிதழ் செய்தி) அப்போ தந்தை பெரியார் தலைமையில் குழந்தை திருமணமா? 1927 ல் அமெரிக்க பத்திரிகையாளரான கேத்ரீன் மேயோ எழுதிய 'மதர் இந்தியா' சர்ச்சைக்குரிய நூலில்தான் 14 வயதுக்கு முன்பாக பெண்கள்

திருமணம் செய்து கொடுக்கப்படும் பாரம்பரியத்தை அரசு ஏற்பது குறித்தும் அவர் தனது புத்தகத்தில் சுட்டிக்காட்டினார். விநோதய சித்தம்... என்னவென்றால் பெரியாரின் பெண் விடுதலைக்கு உந்துதலாக இருந்த புத்தகமே 'மதர் இந்தியா' தான் என பகுத்தறிவு பறைசாற்றும் பச்சோந்திகளுக்கு இது மரண அடி! **தந்தை பெரியார் தலைமையில் குழந்தை திருமணம் நடைபெற்றதால்......பகுத்தறிவு பகலவன் பெரியார் மேல போக்ஸோ சட்டம் பாயுமா? தோழரே...**

* * *

பெரியாரின் பெண் விடுதலை?

பெரியார் - அநேகமாய்த் தானே தனக்கு வேண்டிய காதலனை தெரிந்தெடுத்துக்கொள்ள பெண்களைப் பழக்கப்படுத்த வேண்டும். இம்மாதிரியாக பழக்கினோமானால் பெண்கள் உலகம் தலை சிறந்த சுதந்திரம் பெற்று உலகத்திற்கும் பெருத்த உதவியாக இருக்கும்!

(திராவிடர் திருமணம், குடிஅரசு 28/9/1930)

வேதா - வேத காலத்தில் ஆண்களுக்கு கொடுக்கப்பட்ட அனைத்து உரிமைகளும் பெண்களுக்கு வழங்கப்பட்டு வந்தன. அப்படி வழங்கப்பட்ட முறையில் **'சுயம்வரம்'** ஒன்று. இதனைத் **'தன் வரிப்பு'** எனவும் அழைப்பர். அதாவது தனக்கான கணவனை ஒரு பெண் தானே வரித்துக் கொள்ளல் எனப் பொருள்படும். இந்த சுயம்வர முறை இளவரசிகள் தங்களுக்கு விருப்பமானவர்களைத் தேர்வு செய்து கொள்ள மட்டும் பயன்படுத்திய ஒரு முறையாக இருந்தது. இராமாயணத்தில் சீதை இராமனை, மகாபாரதத்தில் திரௌபதி அர்ச்சுனனையும், மேலும் தமயந்தி தனக்காக காத்திருந்த தேவர்களையெல்லாம் விட்டுவிட்டு, தன் அறிவுக்கூர்மையால் நளனை மணந்தாள். ஏன் என்றால்? போலியான மனுதர்மம் அப்போ கிடையாது பெரியாரே! மேலும் ஏழை பெண்களுக்கு **இளவட்டக்கல்** போட்டியும், ஜல்லிக்கட்டு போட்டியும் நடைபெறும்.

இளவட்டக் கல்லை தலைக்குமேல் தூக்கி காட்டும்
இளைஞருக்கும் மேலும் இளங்காளை அடக்கும்
இனளஞருக்கும் தம் பெண்ணை மணம்
முடித்துதருவது...தமிழரின் மரபு காணப்படும் பெரியாரே!

தமிழச்சி என்றாலே தமிழ் பெண்களின் ஆட்சி தவிர பெண்
விடுதலையின் வீழ்ச்சி அல்ல பெரியாரே!

* * *

பெரியார் – இந்து மத பண்டிகைகள்!

சரஸ்வதி பூஜை

பெரியார் – அயல்நாட்டானை பார்த்தால் அவனுக்கு சரஸ்வதி என்ற பேச்சோ கல்வித் தெய்வம் என்ற எண்ணமோ சுத்தமாய் கிடையாது. அன்றியும், நாம் காகிதத்தையும் எழுத்தையும் சரஸ்வதியாய்க் கருதிக்கொண்டும், தொட்டுக் கண்ணில் ஒத்திக்கொண்டும் நமக்குக் கல்வி இல்லை. ஆனால் வெள்ளைக்காரன் மலங்கழித்தால் சரஸ்வதியைக் கொண்டே (காகிதத்தை) மலம் துடைத்தும் வருகிறான். ஆனால் 100க்கு 60 பெண்கள் அவர்களில் படித்து இருக்கிறார்கள் உண்மையிலேயே சரஸ்வதி என்ற தெய்வம் ஒன்று இருக்கும் என்றால், பூசை செய்பவர்களைத் தற்குறியாகவும் மலம் துடைப்பவர்களை அபார அறிவாளிகளாகவும் கல்விமான்களாகவும் செய்யுமா என்று தயவு செய்து யோசித்துப் பாருங்கள்.

(இந்து மத பண்டிகைகள் நூல்)

வேதா - பெரியாரே வெள்ளைக்காரன் மட்டும் அல்ல வரலாற்று சான்றுப்படி சீனாக்காரன் தான் முதல் முதலாக மலம் துடைக்க காகிதத்தை பயன்படுத்தினார்கள். அதுவும் டாங் சாம்ராஜ்ஜியம் (618 – 907 AD) குளிர் பிரதேச காரணத்தினால் மலம் துடைக்க காகிதம் பயன்பாட்டில் வந்தது.

பெரியாரே குடிக்கிற நீரை கூட நம்ம புனித கங்கையாக போற்றுகிறோம், ஆனால் அதே கங்கையிலே காலைகடனுக்காக கால் கூட கழுவுவோம், அதற்காக கங்கையின் புனிதம் எப்படி கெடாதோ, அதேப்போல் திசு காகிதத்தை வைத்து நம்ம ஆயுத பூஜையின் மகிமையும் கெடாதுப் பெரியாரே.

(வைகுண்ட ஏகாதசி)

பெரியார் - ஸ்ரீரங்கம் வைகுண்ட ஏகாதசியின் போது திறக்கப்படுகின்றதே 'சொர்க்கவாசல்' அது எங்கே செல்வது தெரியுமா? திருமங்கை ஆழ்வார் கொள்ளிடக்கரையில் தொழிலாளர்களைக் கொன்று சிரார்த்தம் செய்த அந்த பார்வானத்துறைக்கு... சொர்க்கவாசல் மகிமை புரிகிறதா?

(இந்து மத பண்டிகைகள் நூல்)

வேதா - திருமங்கையாழ்வார் கள்ளர் மரபைச் சார்ந்தவர் (*சான்று* – தமிழக அரசு வெளியிட்ட, 'தமிழக வரலாறும் மக்கள் பண்பாடும்' என்ற நூல்...கே. கே. பிள்ளை)... கள்ளத் தேவர் ஒரே காரணத்திற்காக இப்படி பேசலாமா பெரியாரே? சொர்க்கவாசல் சிரார்த்தம் செய்ய அந்த கொள்ளிடக்கரையில் ஏன் செல்ல வேண்டும்? சிரார்த்தம் பித்ருக்களுக்குத்தான் செய்வார்களே தவிர சத்ருகளுக்கு அல்ல பெரியாரே? பெரியார் வெறும் சிலை அல்ல, தமிழ் சமூகத்தின் முகவரி எப்படி திராவிடம் நம்புகிறதோ, அப்படித்தான் சொர்க்கவாசல் வெறும் வாசல் அல்ல, முக்தி அடையும் முகவரி... பெரியாரே!

ஸ்ரீ ராம நவமி

பெரியார் – வடநாட்டில் இராவணனைக் கொளுத்தினார்கள் என்றால், தென்னாட்டில் ஏன் இராமனைக் கொளுத்தக்கூடாது? ஒரு பொய்யான கற்பனைக் கதையில்

இருந்து தென்னாட்டு மக்களை அவமானமும், இழிவு படுத்தலுமான காரியத்தை பார்ப்பனரும் வட நாட்டாரும் செய்தால் அதற்கு அவர்களுக்கு உரிமை இருந்தால், அதற்கு பதிலாக அவர்களுக்கு புத்தி வரும்படியான காரியத்தை நாம் ஏன் செய்யக்கூடாது? ஆகவே மாணவர்கள், இளைஞர்கள், திராவிட கழகத் தோழர்கள் கட்டாயமாக சிந்தித்து நல்லபடி யோசித்து, எனக்காக என்றே அல்லாமல், தங்களுக்கு சரி என்றும் அவசியம் என்றும் தோன்றினால், இராமன் படத்தை கொளுத்த வேண்டும் என்று தெரிவித்து கொள்கிறேன்.

(இந்து மத பண்டிகைகள் நூல்)

வேதா - நல்ல வேலை... பெரியார் 12/12/1991 அன்று கர்நாடகம் காவேரி கலவரத்தில் உயிரோடு இல்லை, கர்நாடகாவில் 18 தமிழர்களை கொளுத்தினார்கள் என்றால், ஏன் தமிழ்நாட்டில் 18 கன்னடர்களை கொளுத்தக்கூடாது? அவர்களுக்கு புத்தி வரும்படியான காரியத்தை நாம் ஏன் செய்யக்கூடாது? தங்களுக்குச் சரி என்றும் அவசியம் என்றும் தோன்றினால், 18 கன்னடர்களை கொளுத்த வேண்டும் என்று தெரிவித்து கொள்கிறேன். இது தான் பெரியாரின் பகுத்தறிவு!

நவராத்திரி விழா

பெரியார் – தஞ்சாவூர் ராஜா செய்த சரஸ்வதி பூஜையும், ஆடிய பரிவேட்டையும், சரஸ்வதி மஹாலில் அடுக்கி வைத்த குப்பைக் கூள ஏடுகளும், ஆயுதங்களும், முன்வாயலில் துளசியைக் கொட்டி விட்டு, பின் வாயலில் ராஜாவை ஓடச் செய்து விட்டது. சரஸ்வதி பூஜையின் கொலுவால் அல்லவா நாயுடுகளின் அரசாட்சி தஞ்சாவூரில் ஒழிந்தது! கிளைவும், டுப்லேயும் எந்த சரஸ்வதியை பூசித்தார்கள்? அவரவர்கள் முயற்சியும் கடமையும் எந்த கஷ்டத்திலும் செய்து முடிக்கும் தைரியமும் இருந்தால் எல்லா லட்சுமியும் அங்கே வந்து

தீர்வார்கள். இதுவே உலக அனுபோகமும் சாஸ்திரத்தின் கருத்துமாகும்.

(இந்து மத பண்டிகைகள் நூல்)

வேதா - சரஸ்வதி மஹாலில் அடுக்கி வைத்த குப்பைக் கூள ஏடுகளைத்தான் திராவிடக் களஞ்சியம் என அறிவித்தார்கள் பெரியாரே! அதுவும் முன்வாயலில் தமிழ்ச் சங்கத்தை கொட்டிவிட்டு, பின் வாயலில் திராவிடக் கவிஞர்களை ஓடச் செய்யவிட்டது. கொலுவால் ஆட்சி ஒழிய நாயுடுகளின் அரசாட்சி என்ன தஞ்சாவூர் தலையாட்டி பொம்மையாப் பெரியாரே? முயற்சியும் கடமையும் செய்தால்...எல்லாம் லட்சுமியும் அங்கே வந்து சேரும் என்றால் பெரியார் சாஸ்திரத்தில் லட்சுமியை மட்டும் நம்புகிறார்... பேஷ் பேஷ் பெரியாரே!

விநாயகர் சதுர்த்தி

பெரியார் - விநாயகர் எனும் கடவுள் இந்த நாட்டிலே உற்பத்தியான கடவுள் என்றும் சொல்ல முடியாது. வடநாட்டில் இருந்து கொண்டு வரப்பட்டு இங்கே இவ்வளவு கூத்தடிக்கப்படுகிறது. ஆற்றங்கரையோரம், அரசமரத்தின் கீழ், குலத்தங்கரையிலும், வீதிகளின் சந்தியிலும் வைக்கப்பட்டு இருக்கும் இந்தக் கடவுளின் யோக்கியதையைச் சொல்லப்போனால் அது ஏனைய கடவுள்களுக்கு மிகவும் வெட்கக்கேடாகும்.

(இந்து மத பண்டிகைகள் நூல்)

வேதா – தமிழர்கள் 'பிள்ளையார் சுழி' யே ஏட்டில் எழுதும்போது எழுதுகோலின் சீர்மையையும், ஏட்டின் செம்மையையும் அறியச் சுழித்துப் பார்க்கும் வழக்கமே பிள்ளையார் சுழியாகி விட்டதே தவிர வடநாட்டில்

உற்பத்தியான பிள்ளையார் என்றால்...தமிழர் ஏட்டில் சமஸ்கிருதம் பாலி மொழிகளில் தான் பிள்ளையார் சுழி எழுதிருக்க வேண்டும்...மேலும் **தேவர் சாம்ராஜ்ஜியத்தில்** தோன்றிய மன்னர் **நலங்கிள்ளி சோழரால்** கி.மு. *418* ல் திருச்சி மலைக்கோட்டையில் உச்சிப்பிள்ளையார் கோவில் கட்டப்பட்டது, மேலும் இந்த மலை கிழக்கிலிருந்து பார்த்தால் விநாயகர் வடிவமும், தெற்கிலிருந்து பார்த்தால் நந்திவடிவமும், வடக்கிலிருந்துபார்த்தால்சிங்கம்வடிவமும் தென்படுவதுனால் **அது எப்படி ஏனைய கடவுள்களுக்கு மிகவும் வெட்கக்கேடாகும் பெரியாரே! கடவுளை நம்பாத நீங்கள் ஏனைய கடவுளைப்பற்றி கவலைப்படலாமா?** அப்போ இது பெரியாரின் பகுத்தறிவுக்கே மிகவும் வெட்கக்கேடு தவிர ஏனைய கடவுள்களுக்கு அல்ல...... பெரியாரே! மேலும் தேவர் சாம்ராஜ்ஜியத்தில் தோன்றிய மன்னர் நலங்கிள்ளி சோழர் ஏன் குறிப்பிட்டுள்ளேன் என்றால், **இராஜ ராஜ சோழன்** அவர்களுக்கு **அருண்மொழித்தேவர்** பெயர் இருந்தும்கூட இராஜ இராஜ சோழன் தான் திராவிட திணிப்பு. { **சான்றுகள்**:- சோழர் அரசு, இராஜாதிராஜன் *I*, **இந்திய கல்வெட்டு ஆண்டு அறிக்கை** *118/1911*, வரலாற்று ஆண்டு கிபி *1047*, **த.நா.அ.தொல்லியல் துறை தொடர் எண்**:- *201/1979*,திருவாரூர் மாவட்டம், நீடாமங்கலம் வட்டம், திருவிராமேசுவரம் ஊர்...கல்வெட்டு எண் *2*, வரி *11*... **தமிழ்நாடு கல்வெட்டுகள் வரிசை எண்**: *33, 2005*......இப்படி கிபி *1223* ஸ்ரீ **இராஜராஜ சோழ தேவர்**கல்வெட்டு, கிபி *1134* ஸ்ரீ **விக்கிர சோழ தேவர்** கல்வெட்டு, கிபி *1100* ஸ்ரீ **குலோத்துங்க சோழ தேவர்** கல்வெட்டு}

தேவர் ஓர் பட்டம் தான் தவிர, ஜாதி அல்ல குறிப்பிடும் பல சமுதாய மக்கள்...சேர்வை, வேளாளர், பிள்ளை, முதலியார், முத்தரையர், வன்னியர், கவுண்டர், நாயக்கர், உடையார் போன்ற பட்டங்கள் தான் பல சமுதாயத்தின் ஜாதி அடையாளம் இருக்குமே தவிர, தேவர் ஒருப்போதும் அல்ல,

ஏன் என்றால்? **தேவர் ஜாதி பட்டம் என்றால் தமிழகத்தில் உள்ள எந்த ஜாதியிலாவது இந்த பட்டம் இருக்கிறதா?** ஆனால் மற்ற சமுதாயங்கள் சோழ மன்னர்களிடம் பெற்ற பட்டங்களை வைத்து தன்னுடைய ஜாதியை பெற்றேடுத்தார்கள்... நல்லவேளையாக முக்குலத்தோர் தேவர் சமுதாயம் தமிழகத்தில் உள்ளது, இல்லையென்றால் நாங்க தான்டா **தேவர் மகன்** என போர்க்கொடி தூக்கி கொண்டு போராட்டம் நடத்துவார்கள்...**பெரியாருக்கு சேர, சோழ, பாண்டியர்கள் யாரும் தமிழர்கள் அல்ல...பெரியாரிஸ்ட்டுகளுக்கு சேர சோழ பாண்டியர்கள் எவருமே தேவர்கள் அல்ல...அதனால்தான்** ஜாதி ஒழிப்பு என்றால்........ தமிழர்களின் வரலாற்றை ஒழித்து விடலாம் தோழரே!

தீபாவளி

பெரியார் – மானமும் பகுத்தறிவும் உடையவனே மனிதன் அஃதிலார் மனித உருவமுள்ள மிருகமே ஆவர், என்ற அறிவுரைப்படி மானமில்லா மக்களே இப்போது தீபாவளி கொண்டாடுகிறார்கள் என்றுதான் சொல்லவேண்டி இருக்கிறது. தமிழர்கள் ஆரிய இனத்தானுக்கு அடிமை. அவனது தலைமைக்கு அடிமை, மீட்சிபெற விருப்பமில்லாத மானங்கெட்ட ஈனப்பிறவி என்பதைக்காட்டி கொள்ளப்போட்டி போடுகிறார்கள் என்பதையே காட்டுகிறது.

(இந்து மத பண்டிகைகள் நூல்)

வேதா – பெரியார் பண்டிகையின் பெயரில் தமிழ் பண்பாட்டையும் தமிழ் கலாச்சாரத்தையும் தான் கதற கதற கற்பழிப்பு செய்வாரே தவிர மாற்று மொழியின் முந்தானையை பிடிச்சுக்கூட இழுக்கமாட்டார்...மேலும் தமிழர்கள் ஆரிய இனத்தாருக்கு அடிமை என்றால்...

ஹிந்தி காட்சிப்பொருளாக ஏன் தமிழகத்தில் தென்படுதுப் பெரியாரே?

புரட்டாசி சனிக்கிழமை

பெரியார் - புரட்டாசி சனிக்கிழமை வந்தால் தங்களுக்குப் பட்டை நாமம் போட்டுக்கொண்டும், செம்புக்கும் நாமத்தைப் போட்டுக்கொண்டும் துளசி, அரளிப் பூவையும் அந்த செம்புக்கு சுத்திக்கொண்டும் 'வெங்கடாஜலபதி கோவிந்தா' என்றும் நாராயணா கோவிந்தா என்றும் கூப்பாடு போட்டு அரிசியோ காசோ வாங்கிக்கொண்டு போவதில் ஏதாவது பலன் உண்டா என்றுதான் கேட்கிறேன்.

(இந்து மத பண்டிகைகள் நூல்)

வேதா - பெரியார் பிறந்தநாள் வந்தாலே திராவிடத் திருவிழாவாக கொண்டாடுவதும், சமூகநீதி நாள் என போற்றவதும் 'பெரியார் ஒருவர் தான் பெரியார்' என ஷண்முகப்பிரியா ராகத்தில் பக்திப் பாடல் பாடுவதும் மாட்டு பிரியாணிக்கு அரிசியோ காசோ வாங்கிக்கொண்டு போவதில் ஏதாவது பலன் உண்டா பெரியாரே!

மாரியம்மன் திருவிழா

பெரியார் - இந்த மாரியம்மன் கடவுள் கிராம தேவதை என்று பெயர் இருந்தாலும், அது அதை ஆரியகதைப்படி ஜமதக்கினி முனிவரின் மனைவி ரேணுகா தேவி மாரி ஆகிவிட்டாள். பூசை, உருவம், உணவு முதலியவை எப்படி இருந்தாலும் இந்த மாரியம்மன் மீது இரண்டு விபச்சாரக் குற்றங்கள் சுமத்தப்பட்டிருக்கின்றன.

(இந்து மத பண்டிகைகள் நூல்)

வேதா – ஆரியக் கதையெல்லாம் அவிழ்த்து விட்ட பொய் மூட்டைகள் என்று நீங்கள் தான் அடிக்கடி கூறுவீர்கள் பெரியாரே, அந்த ஆரிய அவிழ்த்து விட்ட விபச்சாரக் குற்றங்களுக்கு பகுத்தறிவு பகலவன் பெரியார் பிரச்சாரம் பண்ணலாமா?

மகா மகம்

பெரியார் - பாவமுள்ள மனிதர்கள் பாவத்தைப் போக்கிக் கொள்ள நதிகளில் ஸ்நானம் செய்தால் நதிகளுக்குப் பாவங்கள் ஒட்டிக்கொண்டது என்பதில் அறிவோ உண்மையோ உள்ளதா? மேலும் பாவத்தைத் தொலைக்க நதிகள் மகாமகத் தீர்த்தத்துக்கு வந்து குளிப்பதனால் இதில் ஏதாவது புத்தி இருக்கின்றதா? நாணயம் இருக்கின்றதா? என யோசியுங்கள்... இத்தனை பாவங்களையும் தீர்த்து தன்னிடம் பெற்றுக் கொண்ட மகாமகக்குளம் எந்த உருவில், எங்குபோய் தன் பாவத்தைத் தீர்த்துக்கொள்ளும் என்பதை யோசித்தால் கடுகளவு அறிவுள்ளவனாவது, இதை ஏற்க முடியுமா? என்று சிந்தித்துப்பாருங்கள்!

(இந்து மத பண்டிகைகள் நூல்)

வேதா – பகுத்தறிவுள்ள மனிதர்கள் பக்தியை போக்கிக் கொள்ள கலைஞர் சமாதியில் பஜனை பாடுவதும்... பெரியார் சமாதியில் படையல் படைப்பதும் இத்தனைப் பக்தியையும் தீர்த்து தன்னிடம் பெற்றுக்கொண்ட பெரியார் எந்த திடலில் போய் பகுத்தறிவு பாடத்துக்கே மொட்டை அடிப்பார் என்பதை யோசித்தால், கடுகளவு அறிவுள்ளவனாவது, இதை ஏற்றுக் கொள்வானா? என்று சிந்தித்துப்பாருங்கள்... தோழரே!

ஐயப்பன் கதை

பெரியார் - இப்படி ஹரிக்கும் சிவனுக்கும் பிறந்த பிள்ளையாதலால், அய்யனார் அல்லது ஐயப்பனை

ஹரிஹரன் என்றும் அழைப்பதுண்டு. எனவே இந்த பிறப்பு பற்றி கூறப்படும் கதையோ நல்லறிவும், நாலொழுக்கமும் உடையோர் கேட்கவும் மனம் கூட வெட்கப்பட வேண்டியதாம். இயற்கை விபரீத நடத்தை...வர்ணனை, ஆனுக்கு ஆண் கூடிப்பிறந்தவனாம், இவன்... இதை இயற்கை ஒப்புமா? மற்ற எந்த ஜீவராசிகளும் இப்படி நடப்பதில்லையே!

(இந்து மத பண்டிகைகள் நூல்)

வேதா – ஹரி மோகினி அவதாரத்தை நம்பாதீங்க...ஆனுக்கு குழந்தை பிறந்த அதிசயத்தை மட்டும் நம்புங்கள்... இந்த அதிசயம் தான் *(மாலை மலர் செய்தி, 27/01/2020)* ஸ்ரீலங்காவில் நடைபெற்றது, பெண்ணாக பிறந்த அந்த நபர் ஹார்மோன் சுரப்பு மாற்றங்கள் ஏற்பட்ட காரணமாக ஆண்களைப்போல் வாழ்ந்தார் என்ற செய்தியை நம்புவீங்க...அதுவும் அவதாரம் எடுத்த ஐயப்பன் கதையை மட்டும் நம்பாதீங்க... எல்லாம் ஜீவராசிகளும் இப்படித்தான் நடப்பார்கள். இது இயற்கை க்கு ஒப்பும், ஆனால் உங்கள் பகுத்தறிவுக்கு ஒப்பாது பெரியாரே!

Note – Half Female, Half Male Rose Breasted Grosbeak Bird found in Penninsylvania – Source – www.nationalgeographic.com

* * *

பெரியார் – பிள்ளையார் சிலை உடைப்பு!

பெரியார் – உடைப்பதற்கு முதல் கடவுளாக எல்லோரும் எதுவும் செய்வதற்கு முதலாக பிள்ளையார் சுழி போட்டு ஆரம்பிப்பார்களே, அந்த பிள்ளையாரையே தேர்தெடுக்கிறேன். தோழர்களே! தயாராய் இருங்கள்! பொம்மைகளை இப்போதிருந்தே வாங்கி வைத்துக் கொள்ளுங்கள், விரைவில் நாள் கொடுப்பேன். விக்கிரகங்களை உடைக்கிறேன் என்றவுடன் கோயிலுக்குள் போய் புகுந்து உடைப்போம் என்று யாரும் கருதவேண்டாம். இந்தப்படி கோயிலுக்குள்ளே புகுந்து கலாட்டா செய்வோம் என்று யாரும் அஞ்ச வேண்டியதில்லை. கோயிலுக்குள் ஒருவரும் போகமாட்டோம், குயவரிடத்தில் மண் கொண்டு இன்றைய கோயிலில் இருக்கிற சாமியைப் போல செய்துதரச் சொல்லி, அல்லது கடைகளிலே விற்கிறதே வர்ணம் அடித்த பொம்மைகள் அதை வாங்கி கொண்டு வந்து, ஒரு தேதியில் இப்படி இதை உடைக்கப் போகிறோம் என்பதாக எல்லோருக்கும் தெரிவித்து விட்டு கூட்டத்தைச் சேர்த்துக்கொண்டு நடு ரோட்டிலே போட்டு உடைப்போமே தவிர, கோயிலில் புகுந்து விக்கிரகத்தை பெயர்த்துக் கொண்டுவரும் வேலையையோ, அல்லது அவைகளுக்கு சேதம் ஏற்படுகிற மாதிரியோ யாரும் நடந்துகொள்ள மாட்டார்கள் என்பதையும் தெரிவித்துக் கொள்ளுகிறேன்.

(விடுதலை, 04/05/1953)

வேதா - பிள்ளையார் சிலையை 27/05/1953 அன்று மாலை 6.30 மணிக்கு தூள் தூளாக்கி மண்ணோடு மண்ணாய் கலக்கி விடுங்கள் என்று அறிவித்தார் பெரியார். பிள்ளையார் எதிர்ப்புக் குறியீடாக பெரியார் புத்தரை முன்வைத்தார், அதுவும் 09/05/1953 விடுதலை இதழில் உள்ள வாசகம்... புத்த ஜெயந்தி கொண்டாட பொம்மை தயாரித்துக் கொள்ளுங்கள்...சூத்திரர்களே! பஞ்சமர்களே! என பெரியார் அழைப்பு விடுத்தார்...

அதைக் கடைப்பிடித்த 09/09/2019 சென்னையில் விநாயகர் சிலைகள் கடலில் கரைப்பதற்கு எதிர்ப்பு தெரிவித்து பெரியார் அமைப்புகள் நூதன போராட்டம் நடத்தின. விநாயகர் சிலை ஊர்வலத்திற்கு மாற்றாக திராவிடர் விடுதலை கழகம் சார்பில் புத்தர் சிலை ஊர்வலம் நடத்தப்பட்டது.

அப்போ விநாயகர் சிலையை உடைத்ததுப் போல இப்போ புத்தர் சிலையை உடைத்து, பெரியார் அமைப்புகள் நூதன போராட்டம் நடத்த வேண்டியதுதானே...பெரியாரே! ஆனால் பெரியார் இயக்கம் அது ஒருபோதும் செய்யாது...ஏன் என்றால்? புத்த மதத்துக்கு பௌத்த துறவியாகத்தான் பெரியார் செயல் பட்டாரே தவிர பகுத்தறிவு பகலவனாக ஒருபோதும் அல்ல... மேலும்,

ஈ.வெ.ரா. வும் இறைவனும்!

கோவை பீளமேட்டில் உள்ளது சர்வஜனா உயர்நிலைப்பள்ளி. *1932 இல் இப்பள்ளிக்கு வருகை தந்த ஈ.வெ.ரா. பள்ளி பார்வையாளர் புத்தகத்தில்,* **"இப் பள்ளியும் அதனை நிறுவிய பி.எஸ்.ஜி. ரங்கசாமி நாயுடுவும் எல்லா நலனும் பெற இறைவனை இறைஞ்சுகிறேன்"** *என்று தமது கைப்பட எழுதியுள்ளார். இந்த வாரம் பொன்விழா கொண்டாடும் இப்பள்ளி ஈ.வெ.ரா. வின் இந்த வாசகங்களைக் காட்சிக்கு வைத்துள்ளது.*

(தினமணி நாளிதழ் – 9-12-1974)

ஆளவந்தான் பெரியார்!

கடவுள் பாதி, பெரியார் பாதி,
கலந்து செய்த, கலவை நான்,
வெளியே பெரியார், உள்ளே கடவுள்,
விளங்க முடியா, கவிதை நான்,
பெரியார் கொன்று, பெரியார் கொன்று,
கடவுள் வளர்க்க, பார்க்கின்றேன்,
            ஆனால்......
கடவுள் கொன்று, உணவாய் தின்று,
பெரியார் மட்டும் வளர்கிறதே......
ஈ.வெ.ரா..., ஈ.வெ.ரா...,
நாளை பெரியாரிசம் கொல்வாயா?
பெரியார் என்றும், பகுத்தறிவுக் கொண்டு,
மீண்டும் கடவுள் சிலை உடைப்பாயா?

கவிஞர் வேதா

இப்படி பகுத்தறிவு பகலவன் தான் நம்ம ஆளவந்தான் பெரியார்!

* * *

டெஸ்ட் டியூப் பேபி – பெரியார்!

பெரியார் - ஸ்கந்தம் என்றால், விந்து என்று பொருள், கந்தன் என்ற சுப்ரமணியக் கடவுளின் பிறப்பு யோக்கியதையைக் கண்டீர்களா?

(கந்த சஷ்டி, இந்து மத பண்டிகைகள் நூல்)

வேதா – தமிழ் கடவுளும் சரி...தமிழர்களும் சரி...வழக்கமான விந்துக்குத்தான் பிறந்தவர்கள், ஆனால் **திராவிடம் போல சோதனைக் குழாயில் தோன்றிய குழந்தைகள் அல்ல...**

தமிழ் கடவுள் கந்தனுக்கே விந்து என்று பொருள் என்றால், தமிழர்களை காப்பாற்ற வந்த திராவிடத் தந்தை பெரியாருக்கு டெஸ்ட் டியூப் பேபி என்ற பொருள். அதனால்தான் என்னவோ சாதி ஒழிப்பு...கலப்பு திருமணம் பெரியாரின் பிரதான கொள்கையாக இருந்ததோ? தோழரே!

* * *

வேத ஆபாசமும் பெரியாரிஸ்ட்டும்!

வேதத்தில் உள்ள ஆபாசங்கள் – *U2 Brutus, YouTube, 25/12/2021*

"தாம் பூஷன் சிவதமாம் ஏவயஸ்வயஸ்யாம் பீஜம்/ மனுஷ்யா பவந்தீயான ஊரு உவுதி/ விஸ்ரயானதயஸ்யா முஷந்தஹா ப்ஷரே/ பஷேபம்"...... **(இந்து மதம் எங்கே போகிறது? நூல், *அத்தியாயம் 42, பக்கம் 86)***

தாத்தாச்சாரியார்...

இது வேதத்தில் சொல்லப்பட்ட மந்திரம், இதை கல்யாண மேடையிலே பெண்ணையும், மாப்பிள்ளையையும் உட்கார்த்தி வைத்து சத்தமாக சொல்கிறார் புரோகிதர். இந்த மந்திரத்தின் அர்த்தம் என்னவென்றால், "நான் அவளோடு உறவு கொள்ளும் போது எங்களது அந்தரங்க பாகங்களை சரியாக பொருந்துச் செய்யுமாறு, தேவதைகளே நீங்கள் உதவ வேண்டும்"...

வேதா – இதே அர்த்தமுள்ள வேத மந்திரம் குர்ஆனில் கூட இருந்தால் ஆபாசம் என கூறுவீர்களா, தோழரே?

ஸஹீஹ் – அல் – புஹாரி என்ற ஹதீஸ் நூல் திருக்குரஆனிலிருந்து தொடர்புடைய 7,275 வசனங்களின் தொகுப்பை கொடுத்தவர்... முஹம்மது அல் புஹாரி......அதில்

முதலிரவு தொழுகைப் பற்றி "ஹம்பிஸ்தறி" ஜிமா-துவா, 3,271 ஹதீஸில் உள்ள துவா,...

"பிஸ்மில்லாஹி அல்லாஹும்மா ஜன்னி பனஷ் சைத்தானா வாஹ ஜன்னிபிஷ் சைத்தானா மாஹ ரஜ் கத்தானா" – 3271 ஹதீஸ் *(முதலிரவு தொழுகை)* ஹதீஸ் ரசூல் அல்லாஹ்வின் பதிவு:-

எப்போ ஒரு மனிதன் தன் மனைவியிடம் உறவு கொள்ள ஆசைப்படுகிறானோ, மேலும் அந்த முதலிரவு நேரத்தில் மேற்குறிப்பிட்ட துவா செய்தால் அவங்களுக்கும், அவங்களுக்கு பிறக்கிற குழந்தைக்கும் சைத்தான் என்னும் தீயசக்தி அண்டாது என இது அல்லாஹாவின் கட்டளை யாகும். மேலும் **பஃதாவா ஏ ரஜ்வியஹ, ஜில்த 9, சபஃஹ 183,** ல் ஆலா ஹஜ்ரத் கூறுகிறார் - காம இச்சையில் ஆண்மையோடு பெண்மை *100* மடங்கு வலுவானது... ஆனால் அந்த ஆசையோ வெட்கமாகத் தான் வெளிப்படும்......உனக்கு வெளியேறிவிட்டாலும் கூட...நீ உன் மனைவியின் அருகில் இருந்து உடனே வெளியேறக்கூடாது......

அப்போ *U2. Brutus* மைனர் விஜய் கூற்றுப்படி தேவதைகள் எல்லாம் விளக்கு பிடித்தார்களா? என வேதத்தில் உள்ள ஆபாசத்தை பறைச்சாற்றியதுப் போல்...திரு **குர்ஆனைப் பறைச்சாற்ற முடியுமா? தோழரே......** எப்படி கறுப்பர் கூட்டம் **சுரேந்திர நடராஜன்** கந்த சஷ்டி கவசத்தை ஆபாசம் என கூறி விளக்கம் கூறினாரோ...அதேபோலத்தான் **தாத்தாச்சாரியாரும்** வேத மந்திரத்தை பற்றி ஆபாச விளக்கம் கூறி... கறுப்பர் கூட்டத்தை போல விளக்குமாறு அடி வாங்காதது தான் விநோதய சித்தம் பெரியாரே!

* * *

சமஸ்கிருத சனியனாப் பெரியார்!

பெரியார் – இது தான் சம்ஸ்கிருதம், "புரட்டு இமாலய புரட்டு...சமஸ்கிருதம் ஒரு மூல மொழியல்ல, அது அந்நிய பல நாட்டுக்கு கதம்ப மொழி. அடிநாளில் (நீண்டநாளுக்கு முன்) மேற்கு மத்திய ஆசியாவில் வாழ்ந்த நார்ட்டிக் ஆரிய மக்கள் பேசிவந்த மொழியே, பழமொழிகள் கலந்து சமஸ்கிருதம் என்பதாக ஆயிற்று. அதாவது, தங்கள் தாயகத்தின் கற்று வட்டார எல்லை நாடுகளின் மொழிகளான டர்கிஸ் மொழி, ஈரானிய மொழி, பாக்ட்ரினியாவில் குடியேறிய பின் பர்மீரியன் மொழி ஆகியவற்றிலிருந்து தொகுத்த கதம்பமே சமஸ்கிருத மொழி. மற்றும், சமஸ்கிருத மொழி இந்தியாவின் லத்தீன் மொழி என்றும் அழைக்கப்பட்டது. சமஸ்கிருதம் ஆரிய மொழியினத்தைச் சேர்ந்தது. சமஸ்த – எல்லாம், கிருதி – தொகுக்கப்பட்டது என்பதே இதன் பொருள். டாக்டர் பிரான்ஸ் பாப் என்பவர், கோதிக் மொழியிலிருந்து பைபிளை வாசித்த போது கோதிக் மொழியும் சமஸ்கிருத மொழி போன்றே இருப்பதைக் கண்டார். ஆதி தாய்மொழியின் கலை மகள் இந்த சமஸ்கிருதம் என்று வேண்டுமானால் வைத்துக்கொள்ளலாம். எனவே பிராமணர்கள் எதையும் எழுதவில்லை என்றும், அவர்களுடைய மொழிக்கு அப்போது வரிவடிவம்... எழுத்து இல்லையென்றும், சமஸ்கிருத வரிவடிவம் பிற்காலத்தில் இந்திய மொழி வரிவடிவங்களிலிருந்து அமைத்துக்கொள்ள பட்டதே என்றும் தெளிவுபடுகிறது.

ராயல் ஏசியாட்டிக் சொசைட்டி ஜர்னலின் 14 வது பாகத்தில் இந்த மெய்மை தெளிவுறுத்தப்பட்டுள்ளது. சமஸ்கிருதம் ஒரு மொழியென்றாலும் கூட இது இந்தியாவில் கி.மு.இரண்டாம் நூற்றாண்டில் ஆட்சி மொழியாகவுமிருந்ததில்லை, பேச்சு மொழியாகவும் இருந்த தில்லை. வேத கால சமஸ்கிருதம் கலைக்கால சமஸ்கிருதத்திலிருந்து பல வகைகளிலும் மாறுபட்டது. இந்த சமஸ்கிருத மொழி, இந்தோ ஜெர்மனிய அல்லது ஆரிய மொழியிலிருந்து பிறந்த கீழ்க்கோடி வட்டராப் பிரிவாகும். எனவே, இந்த சமஸ்கிருத மொழி அனாதிகால மொழியென்றும், இம்மொழியிலிருந்து தான், இந்தியாவின் பழங்கால மொழிகள் அனைத்தும் உற்பத்தியாயிற்றெனவும் சொல்வதே ஆதாரமற்றதாகிறது.

(சமஸ்கிருத சனியன் நூல்)

வேதா – சீன மொழியும், சமஸ்கிருத மொழியும் நீண்ட பயணம் கொண்ட இரண்டு துருவங்கள், அது எழுத்தாற்றல் இருக்கட்டும், சொல்லாடல் இருக்கட்டும்...அப்போஎப்படி *35,000* சம்ஸ்கிருத சொற்கள் சீன மொழியில் காணப்படுது என ஜப்பானிய பேராசிரியர்கள் *YuLongYu & Kiu Chaohua* இதை முதன் முதலில் கேள்வி எழுப்பியிருக்கிறார்கள். மேலும் சீன கிழக்கு ஹந் சாம்ராஜ்ஜியத்தில் உள்ள பௌத்த வேதங்களில் கி.பி.67 முதல் *16* வருடம் கொண்ட *Zhen Yuan Era...Tang Dynasty* கி.பி. *800* வரை *185* மொழி பெயர்ப்பாளர்கள் *2412* சூத்ராசை *7352* திரளாக வெளியிட்டார்கள். இந்த *185* பௌத்த மொழி பெயர்ப்பாளர்கள் தான் சமஸ்கிருத சொல்லாடலை சீன எழுத்து மொழியில் பதிவு செய்தார்கள். (*Source* – *1836* ரசியன் ஆய்வாளர் *Wilhelm Von Humboldt's - On Language, On the diversity of human language Construction and it's influence on the Mental Development of Human Species*) இப்படி பல மொழிகளிலும் சமஸ்கிருதம் சமர்ப்பணம்

செய்தது, மேலும் பண்டைய பிராமி எழுத்துக்கள்...தூண் கல்வெட்டுகளின் காலம் வரை கூட புழக்கத்திலிருந்து பின்னர் கிரந்த தேவனகரி எழுத்துகளையும் பயன்படுத்திய மொழிதான் சமஸ்கிருதம், அதனால்தான் சமஸ்கிருததுக்கு எழுத்து முறை கிடையாது என பெரியார் தன்னுடைய வாதத்தை ஊர்ஜிதப் படுத்த தெற்கே திராவிட மொழியுடன் சமஸ்கிருதம் பயணித்தது என சான்றுகள் இருந்ததை போல...மேற்கோள் காட்டி... வடநாட்டு பிராமிக்கும் தமிழ்நாட்டு பிராமிக்கும் உள்ள வேறுபாடுகள் வெறும் நான்கு எழுத்துக்கள்...அவை (ற – ன – எ – ழ)

ஆனால் சமஸ்கிருத பிராமிக்கும் தமிழ் பிராமிக்கும் உள்ள வேறுபாடுகள் பார்த்தோம்னா...எந்த எழுத்துகளும் வேறுபாட்டில் கிடையாது பெரியாரே! தமிழ் ஆழ்வார்களின் தாய் மொழி என்றால் சமஸ்கிருதம் ஆகமத்தின் தாய் மொழி என்பார்கள்! தமிழ் புறநானூற்றின் மொழி என்றால் சமஸ்கிருதம் புராணத்தின் மொழி என்பார்கள்! ஆனால் உண்மை என்னவென்றால் **தமிழ் ஆகமத்தில் பிறந்த மொழி தான் சமஸ்கிருதம்,** ஏன் என்றால்? தேவநகரி *கி.மு.500* வாக்கில் புழக்கத்தில் வந்த பிராமியின் வாரிசாக கருதப்பட்டது. இதை ஊர்ஜிதப்படுத்திய ஆய்வுதான் கி.மு *490 காலத்தை கொண்ட தாழி...*பழனி அருகே பொருந்தல் கிராமத்தில் 2009 ஆம் ஆண்டில் **பேராசிரியர் ராஜன்** மேற்கொள் காட்டிய ஆய்வுப்படி **தமிழ் பிராமி** எழுத்து **அசோகர் பிராமிக்கு 200 ஆண்டுகளுக்கு மேல் முற்பட்டது,** மேலும் தமிழ் கிரந்த எழுத்துக்களை 7ஆம் நூற்றாண்டின் முற்பகுதியைச் சேர்ந்த மண்டகப்பட்டு கோவில் குகையறையில் காணலாம். அப்போ பெரியார் கூற்றுப்படி பண்டைய பிராமி எழுத்துக்கள் தூண் கல்வெட்டுகளின் காலம் வரை கூட புழக்கத்தில் இருந்து பின்னர் கிரந்த தேவநகரி எழுத்துக்களையும் பயன்படுத்திய மொழி தான் தமிழ், அப்போ **தமிழுக்கு எழுத்துமுறை கிடையாதா?**

சம்ஸ்கிருதத்தைப் போல...பெரியாரே! தமிழுக்கு மட்டும் அல்ல இந்த உலகத்தில் எந்த மொழிக்கும் சொல்லாடல் வந்த பின்புதான் எழுத்தாற்றல் பிறக்கும் பெரியாரே! பால்வாடியில் படிக்கிற குழந்தைக்கு 'அ' என்றால் அம்மா சொல்லிக் கொடுக்கலாம், ஆனால் தாய்ப்பால் குடிக்கிற குழந்தைக்கு 'அ' என்றால் அம்மா சொல்லிக் கொடுக்க முடியுமா பெரியாரே? பால்வாடியில் படிக்கின்ற பகுத்தறிவு குழந்தை தான்...இந்த பெரியார்!

* * *

சம்பூகன் வதம் செய்த பெரியார்!

பெரியார் – இக்கதையாவது இராமாயணத்தில் இல்லாதிருந்தால் (சம்பூகன் தபசு செய்தது) தனது கருத்தை மாற்றிக் கொள்வதாகவும் கூறி அக்கதை இருக்குமானால் அந்த இராமாயணத்தை மாற்றிக் கொள்வதாகவும் கூறி......சம்பூகன் தபசு செய்த கதை இருக்குமானால் அந்த இராமாயணத்தை நாசம் செய்ய நீங்கள் சம்மதிப்பீர்களா? என்று ஓர் பார்ப்பனரை எழுப்பிய கேள்விக்கு பதில் கூறிய பெரியார்...

(குடி அரசு 11/08/1945)

வேதா – மேலும், 1922 ஆம் ஆண்டு ராஜகோபலச்சாரியார், வர்தராஜுலு நாயுடு, திரு.வி.க போன்றவர்கள் அமர்ந்திருக்கின்ற மேடையில், பெரியார் கடுமையாக பேசினார். சம்பூகன் தலையை வெட்டினான் என்கிற பகுதியை எடுத்துக்காட்டி, ஜாதியை ஒழிக்க வேண்டும் என்றால், சம்பூகனை வெட்டிய ராமாயணத்தை நாம் பிரச்சாரம் செய்யலாமா? என பெரியார் மேடையில் ஒரு புரட்சி பேச்சு, அவரே எழுதிய 'இராமாயணக் குறிப்புகள்' என்ற நூலில்...பகுத்தறிவு பேச்சு... 'இராமாயணம் நடந்த கதையல்ல என்பது தெளிவு அதற்குச் சரித்திரம் இல்லை. அது அறிவுக்குப் பொருத்தமானதாகவோ ஆராய்ச்சிக்கு பொருத்தமானதாகவோ இல்லை'......மேலும் பெரியார் கூற்றுப்படி சூத்திரர்கள் என்றால் அசுரர்கள் என்ற பொருள், அப்போ அசுர தவம் செய்த ஸ்வர்பானுவை தான் ராகுகேது

பகவான் என போற்றப்படும் நம்ம ஹிந்து மதம்………எப்படி **சம்பூகன் தவம் செய்த சொர்க்கவாசலுக்காக……… சூத்திரன் என்ற காரணத்தால் மூடப்படுவது என்றால்,** அப்போ அதே வைகுண்ட ஏகாதசிக்கு ஆயிரக்கணக்கான சூத்திரர்கள் எப்படி சொர்க்கவாசலை கடந்து செல்கிறார்கள் பெரியாரே?

மேலும் மனுதர்மத்தை கடைப்பிடித்தவரா இராமர்? அப்போ பார்ப்பானராக இருந்த இராவணனை வதம் செய்திருக்க மாட்டார், அப்புறம் எப்படி மனுதர்மப்படி சூத்திரன் சம்பூகன் வதம் நடந்ததுப் பெரியாரே?

இராமாயணம் நடந்த கதையல்ல என பெரியாரின் இராமாயணக் குறிப்புகள் சொன்னாலும், சம்பூகன் வதம் செய்தது பௌத்த மதம் எழுதிய 'உத்தர இராமாயணம்'…… இதை ஊர்ஜிதப்படுத்திய பெரியாரின் 'இராமாயணக் குறிப்புகள்' தான் புத்தரைப்பற்றி கூறுகிற சேதியைக் கொண்டு ஆராய்ந்தால் இராமாயணக் கதை 2500 ஆண்டுகளுக்கு உள்ளாகவே எழுதப்பட்டிருக்க வேண்டும்… அப்படி என்றால்…**சம்பூகன் வதம் செய்தது பௌத்த துறவிப் பெரியாரே தவிர புருஷோத்தமன் இராமர் அல்ல தோழரே!**

* * *

திராவிட நாடு எதுப் பெரியாரே?

பெரியார் – திராவிட நாடு எது? இதற்கு முன் 1956 க்கு முன் இருந்த சென்னை மாகாணத்தை நான் 'திராவிட நாடு' என்று சொன்னேன். அப்பொழுது மலையாளம், கன்னடம், ஆந்திரம் பிரிந்திருக்கவில்லை. வெள்ளையன் இந்த நாட்டை விட்டுப் போய் விட்ட பிறகு வடநாட்டானும், இந்த நாட்டுப் பார்ப்பானும் சேர்ந்து கொண்டு இனிமேல் நமக்கு ஆபத்து என்று கருதி, நான்கு பிரிவுகளாக வெட்டிவிட்டார்கள். இப்பொழுது நம்மோடு ஒட்டிக்கொண்டிருந்த கள்ளிக்கோட்டை, மங்களூர் மாவட்டங்களும் மலையாளம், கன்னட நாடுகளுடன் சேரப் போகின்றன. இப்பொழுது நாம் மலையாளம், கன்னட நாடுகளுடன் சம்பந்தமில்லாமல் தனித்தமிழ்நாடாக ஆகிவிட்டோம். ஆகவே இதை இப்பொழுது 'தமிழ்நாடு' என்று சொல்லலாம். முன்பு அவர்களையும் சேர்த்துக்கொள்ளலாம் என்று சொன்னோம். ஆனால் அவர்கள் பிரிந்து தனியாகப் போவதிலேயே கவனத்தை செலுத்தி பிரிந்துபோய் விட்டார்கள். நாம் நிபந்தனையற்ற அடிமைகளாய் உள்ளோம். வெள்ளையர் ஆண்ட காலத்தில் பார்ப்பனரின் அக்கிரமங்களை சொல்ல வழி இருந்தது. அவர்களும் நாம் சொல்வதைக் கேட்டு சிலவற்றை கவனித்து வந்தார்கள். இப்பொழுது நம் நாடு வடநாட்டிற்கு நிபந்தனையில்லா அடிமையாகிவிட்டது. நாங்கள் வெள்ளையரை அப்பொழுதே கேட்டோம். நாங்கள்

உங்களை யுத்த காலத்தில் ஆதரித்தோம். பார்ப்பனரும் வடநாட்டினரும் உங்களை எதிர்த்தார்கள், எங்கள் இனம் வேறு, அவர்கள் 'கலை பழக்கவழக்கங்கள் வேறு' என்று சொன்னோம். அதற்கு வெள்ளைக்காரர்கள், நீங்கள் எல்லோரும் ஒன்றுதான் என்று நினைத்து இருந்தோம். இதெல்லாம் உங்கள் குடும்பச் சண்டை, நாங்கள் சீக்கிரத்தில் இந்தநாட்டை விட்டு போய் விடப் போகிறோம், என்று கூறி, முஸ்லிம்களுக்கு சிறு இராஜ்ஜியத்தை பிரித்து கொடுத்த விட்டு, நம்மைப் பார்ப்பனருக்கும், வடநாட்டினருக்கும் காட்டிக் கொடுத்துவிட்டுப் போய் விட்டனர். இப்பொழுதும் நாம் கைநாட்டு ஆட்சியில் இருந்து பிரிந்து தனி நாடு ஆகவேண்டுமென்று கூச்சல் போடுகிறோம். தமிழ்நாடு தனியாகப் பிரிந்தால் இருக்குமா? என்று கேட்கிறார்கள். இல்லாமல் காக்கை, கழுகு தூக்கிக்கொண்டா போய்விடும்? பக்கத்தில் இலங்கையும் பர்மாவும் இருக்கும் பொழுது நாம் மட்டும் இருக்க முடியாதா? நமக்கு போதுமான வசதி இங்கேயே இருக்கிறது.

(விடுதலை, 29/08/1956)

வேதா – *1956 க்கு முன் இருந்த சென்னை மாகாணத்தை* பெரியார் திராவிட நாடு என்று ஏன் சொன்னார்? அப்போ மலையாளம், கன்னடம், ஆந்திரம் பிரிந்திருக்கவில்லை என பெரியார் பதிவு செய்தாலும் கூட *1956 க்கு முன்* பெரியார் சொன்னதையும் பதிவு செய்து பார்ப்போமே... *17/09/1954* தன்னுடைய பிறந்தநாள் அறிக்கையில் **மலையாளிகளின் தொல்லையே பெருந்தொல்லையாகும்** என்று கூறியவர், மலையாளிகளை சேர்த்து எப்படி திராவிட நாடு கோரிக்கை விடுத்துள்ளார், மேலும் மலையாளிகளை பார்ப்பனரல்லாத இந்துக்கள் என்கின்ற முறையில் பார்ப்பனர்கள் சேர்த்துக் கொண்டுள்ளார்கள் என தெரிந்தும்

கூடவா பெரியார் ஏன் மலையாளியிடம் திராவிட நாடு கோரிக்கையில் நிபந்தனையற்ற அடிமையாகவும் சமரசம் செய்து கொண்டார்? **அப்போ மட்டும் மலையாளிகள் பார்ப்பனரல்லாத இந்துக்கள் தென்படாமல், மலபார் முஸ்லிம்களா தென்பட்டார்களா பெரியாரே?**

* * *

பார்ப்பானும் தமிழன்தான் பெரியாரே!

பெரியார் – இந்தப் பிரிவினை அமைப்பு ஏற்பாட்டில் எனக்கிருக்கும் சகிக்கமுடியாத குறை என்ன இருக்கிறது என்றால், நாட்டினுடையவும் மொழியினுடையவும், இனத்தினுடையவும் பெயர் அடியோடு மறைக்கப்பட்டுப் போய் விடுகிறதே என்கிற குறைபாட்டு ஆத்திரன்தான். நம் நாட்டுக்கு, சமுதாயத்திற்கு, இனத்திற்கு 'திராவிடம்' என்று இருந்த பெயர், அது தமிழல்ல என்பதானாலும், நமக்கு அது ஒரு பொது குறிப்புச் சொல்லும், ஆரிய எதிர்ப்புச் சொல்லுமாக இருக்கிறதே என்று வலியுறுத்தி வந்தேன். அதை ஆந்திர, கர்நாடகா, கேரள நாட்டு மக்களல்லாமல் தமிழ் மக்கள் சிலரும் எதிர்த்தார்கள். பின்னவர்கள் என்ன எண்ணங்கொண்டு எதிர்த்தாலும், அவர்களுக்கு மற்ற மூன்று நாட்டார் ஆதரவு இருந்தால் அதை வலியுறுத்தவதில் எனக்குச் சிறிது சங்கடமிருந்தது. அவர்கள் மூவரும் ஒழிந்த பிறகு அவர்களையும் சேர்த்துக் குறிப்பிடத்தக்க ஒரு சொல் நமக்குத் தேவை இல்லை என்றாலும், 'திராவிடன்' என்ற சொல்லை விட்டுத் தமிழன் என்று சொல்லியாவது தமிழ் இனத்தைப் பிரிக்கலாம் என்றால், அது வெற்றிகரமாக முடிவதற்கு இல்லாமல் பார்ப்பான் ஆரியன் வந்து, 'நானும் தமிழன்தான்' என்று கூறிக்கொண்டு, உள்ளே புகுந்து விடுகிறான். இந்தச் சங்கடத்திற்கு தொல்லைக்கு என்ன செய்வது என்று யோசித்துக் கவலைப்பட்டுக்

கொண்டிருக்கும் போது, இப்போது மற்றொரு மாபெருந்தொல்லை நெஞ்சில் இடிவிழுந்தது போன்று வந்து தோன்றி இருக்கிறது. அதுதான் திராவிடத்தை அல்லது தமிழ்நாட்டை விட்டு ஆந்திரர், கர்நாடகர், மலையாளிகள் பிரிந்துபோன பின்புகூட மீதியுள்ள யாருடைய ஆட்சேபனைக்கும் இடமில்லாம தமிழகத்திற்குத் 'தமிழ்நாடு' என்று பெயர்க்கூட இருக்கக்கூடாது என்று பார்ப்பானும், வடநாட்டானும் சூழ்ச்சி செய்து, இப்போது அந்தப் பெயரையே மறைத்து ஒழித்துப் பிரிவினையில் 'சென்னை நாடு' என்று பெயர் கொடுத்திருப்பதாக தெரிய வருகிறது. இது சகிக்கமுடியாத மாபெரும் அக்கிரமாகும். எந்தத் தமிழனாலும் அவன் எப்படிப்பட்ட தமிழனானாலும் இதை அக்கிரமத்தைச் சகித்துக்கொண்டிருக்க மாட்டான் என்றே கருதுகிறேன். அப்படி யார் சகித்துக் கொண்டிருந்தாலும் என்னால் சகித்துக்கொண்டிருக்க முடியாது என்று சொல்ல வேண்டியவனாய் இருக்கிறேன். இதைத்திருத்த, தமிழ்நாடு மந்திரிகளையும், சென்னை, டில்லி, சட்டசபை கீழ்மேல்சபை அங்கத்தினர்களையும் மிக மிக வணக்கத்தோடு இறைஞ்சி வேண்டிக் கொள்கிறேன். மற்றும் தமிழ்நாட்டிலுள்ள புலவர்கள், பிரபுக்கள் அரசியல் சமுதாய இயல் கட்சிக்காரர்களையும் முயற்சிக்கும்படி அதுபோலவே வேண்டிக் கொள்கிறேன். தமிழ் 'தமிழ்நாடு' என்கிற பெயர்க்கூட இந்நாட்டுக்கு, சமுதாயத்திற்கு இருக்க இடமில்லாதப்படி எதிரிகள் சூழ்ச்சி செய்து வெற்றி பெற்று விட்டார்கள் என்கின்ற நிலைமை ஏற்பட்டு விடுமானால், பிறகு என்னுடையவோ, என்னுடைய கழகத்தினுடையவோ, என்னைப் பின்பற்றும் நண்பர்களுடையவோ வாழ்வு வேறு எதற்காக இருக்க வேண்டும் என்று எனக்குத் தோன்றவில்லை. இந்தக் காரியம் மாபெரும் அக்கிரமமான காரியம் என்பதோடு, மாபெரும் சூழ்ச்சிமீது செய்யப்பட்ட காரியம் என்றே கருதுகிறேன். நம்நாடு எது? நமது மொழி எது? நமது இனம் எது? என்பதையே மறைத்து விடுவதென்றால்,

பிறகு தமிழன் எதற்காக உயிர் வாழ வேண்டும் என்பது எனக்குப் புரியவில்லை. ஆகவே, இக்கேடு முளையிலேயே கிள்ளப்பட்டு விரும்படி முயற்சி செய்யும்படியாக எல்லாத் தமிழர்களையும் உண்மையிலேயே வணங்கி வேண்டிக் கொள்கிறேன்.

(விடுதலை, *11/10/1955*)

வேதா – பெரியார் கூறுவதைப் போல 'திராவிடன்' என்ற சொல்லை விட்டு தமிழன் என்று சொல்லியாவது தமிழ் இனத்தை பிரிக்கலாம் என்றால், அது வெற்றிகரமாக முடிவதற்கு இல்லாமல் பார்ப்பான் (ஆரியன்) வந்து, நானும் தமிழன்தான் என்று கூறிக்கொண்டு உள்ளே புகுந்து விடுகிறான். **தமிழன் என்று சொல்லியாவது, தமிழ் இனத்தைப் பிரிக்கலாம் என்றார் பெரியார், அப்போது பெரியாரின் பிரிவனைவாதம் புரிகிறது,** மேலும் ஆரிய பார்ப்பான் வந்து நானும் தமிழன்தான் என்ற வரையறையில் பெரியாரும் சமத்துவம் சமதர்மம் கொள்கைக்கு எதிரானவர்தான் தெரிகிறது. பெரியார் சொல்வதைப் போல் ஆரிய பார்ப்பானும் தமிழன் தான், ஆனால் எல்லாம் தமிழர்களும் திராவிடர்கள் கிடையாது என்ற வரையறையை விளக்கம் தந்த கி.வீரமணி புதிய தலைமுறை தொலைக்காட்சிக்கு மட்டும் அல்ல இந்த பேட்டி, நம்ம புதிய தலைமுறைகுத்தான்......... **தமிழன் எதற்காக உயிர் வாழ வேண்டும் என்பது பெரியாருக்கு புரியவில்லையாம்? பெரியாரை புரியவைக்க தமிழர்கள் சாக வேண்டுமா தோழரே?** அல்லது நம் நாடு எது? நமது மொழி எது? நமது இனம் எது? என்பதையே மறைத்து விடுவதென்றாலும் கூட தமிழர்கள் சாக வேண்டுமா? அப்போ நீங்கள் கேட்ட மூன்று கேள்விக்கும் ஒரே பதில் என்றால்,... திராவிட நாடு எது? திராவிட மொழி எது? திராவிட இனம் எது? என்பதையே மறைத்து விடுவதென்றால், பிறகு திராவிடர்கள் எதற்காக

உயிர்வாழ வேண்டும் என்பது தமிழர்களுக்கும் புரியவில்லை பெரியாரே? ஏன் என்றால்?

ஆதி ஆந்திரா, ஆதி கர்நாடகா போல ஆதி தமிழர் சான்றிதழ் தமிழகத்தில் வழங்க முடியாதது ஏன் பெரியாரே? அப்போ ஆதி தமிழர் தான் ஆதி திராவிடர் என்றால், ஏன் தொல் திராவிட மொழியின் தாய் மொழி தமிழ் அல்ல, பெரியாரே?

* * *

தமிழ்நாட்டு எல்லைச்சாமியா பெரியார்?

பெரியார் – எப்பொழுது தட்சிணப் பிரதேசம் அமைக்கப்படும் என்ற செய்தி வெளியானதோ, அன்றைய தினமே பீர்மேடு- தேவிகுளம் பற்றிய பிரச்சனை செத்துப் போய்விட்டது என்பது பொருள். தட்சிணப் பிரதேசம் உயிர் பெற்று எழுந்திருக்க ஆரம்பித்தவுடன் பீர்மேடு இந்நாடுடன் இருந்தால் என்ன அல்லது மலையாளத்துடன் இருந்தால் என்ன? மலையாள நாடு, கன்னட நாடு, தமிழ்நாடு மூன்றையும் சேர்த்து தட்சிணப்பிரதேசம் என்று கூறுகையில் எல்லாம் ஒன்றரைப்போல் பாவித்து தான் எதையும் செய்வார்கள். ஆகவே பீர்மேடு தேவிகுளம் போன்ற பகுதிகளுக்கு தற்சமயம் கிளர்ச்சி அவசியம் இல்லை. தட்சிணப்பிரதேச அமைப்பு செத்துப்போகுமானால், அதன் பிறகுதான் பீர்மேடு தேவிகுளம் பற்றிய கிழற்சிக்கு உயிர் உண்டாகும், அவசியம் இருக்கிறது. ஆனால் ஒருசில சுயநலக்காரர்கள் விளம்பரத்திற்கென்றும், வீண் வேலைக்கென்றும் கிளர்ச்சி கிளர்ச்சி என்று மக்களைத் தூண்டிவிட்டு, தகாத காரியங்களில் ஈடுபடச் செய்கிறார்கள். மக்கள் ஒன்றும் அறியாதவர்களாய் கிளர்ச்சி என்றவுடன் சிந்தித்துப் பார்க்காமல் கண் மூடிக்கொண்டு எதையும் செய்கிறார்கள்.

(தமிழ்நாட்டு எல்லை போராட்டம் பெரியாரும்
ம.பொ. சியும் நூல்...வேலூர் டவுன் ஹால்,
29/01/1956 பெரியார் உரை)

வேதா – 1954 ல் தன்னுடைய 76'வது பிறந்தநாளில் அறிக்கையில், பெரியார் கூறுகிறார், 'மலையாளிகளின் தொல்லையே மாபெரும் தொல்லையாகும். சமீபகாலத்தில் திருவாங்கூர் கொச்சி இராஜ்ஜியத்தில் தமிழர் உரிமை கேட்டதற்காக, தமிழர்களை அந்நாட்டு மலையாளிகள் நடத்திய விதத்தைப் பார்த்தால், குறைந்தளவு நாம் நமது உரிமைக்காவது பாடுப்படக்கூடாதா என்று தோன்றுகிறது. இந்த உணர்ச்சியின் பெயரால் தான் இந்த எண்ணங்கள் நமக்குத் தோன்றுகின்றன. ஆகவே தமிழர் இவற்றைப் பற்றி நல்ல வண்ணம் யோசித்து, கட்டுப்பாடான கிளர்ச்சி செய்வதன் மூலம் பரிகாரம் பெறவேண்டும் என்று ஆசைப்படுகிறேன், என ஆசைப்பட்டார், அப்போ......
பரிகாரம் பெறவேண்டிய பெரியார் அப்படி என்னத்தான் பாவம் செய்துவிட்டார் தோழரே? அந்த பாவம் தான் *11/08/1954* ல் தேவிகுளம் பகுதியில் போராட்டக்காரர்கள் ஒன்பது பேர் கொல்லப்பட்டனர், அதனால்தான் *17/09/1954* ல் பிறந்தநாள் பரிகார அறிக்கை வெளியிட்டார் பெரியார். ஆனால் *1956* ஜனவரி *29'வது* நாளில், வேலூர் டவுன் ஹாலில் நடைபெற்ற திராவிடர் பொதுக்கூட்டத்தில் பெரியார் அவர்கள் ஆற்றிய உரையில் மட்டும் பீர்மேடு தேவிகுளம் கிளர்ச்சி மட்டும் ஒருசில சுயநலக்காரர்கள் விளம்பரத்திற்கென்றும், தூண்டிவிட்டு தகாத காரியங்களில் ஈடுபடச் செய்கிறார்கள். ஆனால் பெரியார் மட்டும், தட்சிணப்பிரதேசம் அமைக்கப்படுமாயின் கடும் போர் துவங்கும், என **"பெரியார் போர்பரணி என்ற போராட்டம்"** மட்டும் மக்களை தூண்டிவிடும் சுயநல விளம்பரத்திற்காக வீண்கிளர்ச்சிகள் எதுவும் இல்லையாப்...பெரியாரே?

* * *

மொழிவாரிப் பிரிவினையா பெரியாரே?

பெரியார் – பிரிவினைக்கு பெயர் மொழிவாரி நாட்டுப் பிரிவினை இதில் பிரிந்து போக வேண்டும் என்று வாதாடுகிறவர்கள் மொழியை ஆதாரமாகக் கொண்டுதானே பிரிவினை கேட்க வேண்டும்? இந்த அழிவழக்குக்குக் காரணம் ஆந்திரர்கள் மட்டுமே அல்லர், அதிகபங்கு மத்திய அரசாங்கத்தாருக்கே உண்டு. மேலும் சென்னை நகரம் ஆந்திரர்களுக்குப் போய் விடுமோ என்கிற கவலை சிறிதும் வேண்டியதில்லை. ஏனெனில் அநேகமாக தமிழ்நாட்டு பிராமணர்கள் சென்னையில் தான் வாழ்கிறார்கள். அவர்கள் ஒருநாளும் சென்னை ஆந்திராவுடன் சேரவோ, தனி மாகணமாக ஆக்கவோ சம்மதிக்க மாட்டார்கள். அவர்கள் இதில் வெற்றி பெற்றே தீருவார்கள். ஆதலால் நீங்கள் கவலைப்பட வேண்டியதில்லை.

(விடுதலை, 07/01/1953)

வேதா – மொழிவாரிப் பிரிவினை கலகத்துக்கு காரணம் மத்திய அரசே தவிர ஆந்திரர்கள் அல்ல...என பெரியாரின் குற்றச்சாட்டு, ஆனால் மாநில மறுசீரமைப்பு சட்டம் 1956 ல் வந்தாலும் பெரியாரே...அதன் விதை 1895 ஆம் ஆண்டே விதைத்து ஒடிசா தனி மாநிலமாக 1936 இல் முளைத்தது இது மாநில சுயாட்சியின் வெற்றியை தவிர மத்திய அரசாங்கத்தின் பிரிவனைவாதம் அல்ல, மேலும் தமிழ்நாட்டு பிராமணர்கள்

சென்னையில் தான் வாழ்கிறார்கள், அவர்கள் ஒருநாளும் சென்னை ஆந்திராவுடன் சேரவோ, தனி மாகாணமாக ஆக்கவோ சம்மதிக்க மாட்டார்கள் என்றால், அப்போ பெரியாரே! பிரிவினைவாதம் கொண்ட ஆரிய சமஸ்கிருதப் பார்ப்பனர்களுக்கு எப்படி தமிழ் மேல் மொழிப்பற்று இருக்கும்?

சென்னையில் வசிக்கும் பார்ப்பனர்கள் எல்லாம் தமிழர்களா, பெரியாரே? திராவிடர்கள் என்று சொன்னால் வராத பார்ப்பனர்கள்...தமிழர்கள் என்று சொன்னால், ஆரிய பார்ப்பானும் 'நானும் தமிழன்தான்' என்று சொல்லி உள்ளே வந்து விடுவார்கள்... என பெரியார் அவர்களின் விடுதலை செய்தியின் *11/10/1955* உள்ள பதிவு.

அப்போ தமிழ்நாட்டின் தலைநகரத்தை காப்பாற்றிய பெருமை பார்ப்பனர்களைத்தான் சேருமே தவிர திராவிடர் கழகத்துக்கு ஒருபோதும் அல்ல பெரியாரே!

ஏன் என்றால்? **புண்ணிய நாடு! வெங்காய நாடு! செந்தமிழ் நாடெனும் போதினிலே, வெங்காயம் வந்து காதுக்குள்ளே... பாரதியாரை பறைசாற்றியப் பெரியார் காதுல தேள் கொட்டியது... அந்த தேள் தான் செந்தமிழ்...** ஏன் என்றால்? **அடைந்தால் திராவிட நாடு இல்லையேல் சுடுகாடு, அப்படி அடையாத திராவிட நாடு தான் பெரியாரின் வெங்காய நாடு!**

* * *

கிராமங்கள் ஒழிய வேண்டுமாப் பெரியாரே?

பெரியார் – தோழர்களே! எனது கிராமச் சீர்திருத்த திட்டம் என்பது என்னவென்றால், இந்த நாட்டில் கிராமங்களே எங்கும் இல்லாதபடி அவற்றை ஒழிந்து விடுவதேயாகும். அது மாத்திரமல்லாமல், கிராமங்கள் என்கின்ற வார்த்தைகள் அகராதியில் கூட இல்லாதபடி செய்துவிட வேண்டும். அரசியலிலும் கூட கிராமம் என்கிற வார்த்தைகள் இருக்கக்கூடாது என்றே சொல்லுவேன். கிராமம் என்கின்ற எண்ணத்தையம், பெயரையும் அதற்கு ஏற்ற பாகுபாட்டையும் பாகுப்பாட்டு முறையையும் வைத்துக்கொண்டு நீங்கள் என்னத்தான் கிராமச் சீர்திருத்தம் செய்தாலும் 'பறையன்' 'சக்கிலி' என்பவர்கள் எப்படி அரிஜன் ஆனானோ அதுபோலவும், ஆதிதிராவிடன் ஆனானோ, அதுபோலவும் போன்ற மாற்றம்தான் ஏற்படுமே ஒழிய, பறையன் மற்ற மனிதர்களை போல் மனிதனானான் என்கிற மாற்றம் எப்படி ஏற்படாதோ, அது போல் 'கிராமச் சீர்திருத்தம்' செயல்படுவதால் நல்ல கிராமம் ஆயிற்று என்றுதான் ஏற்படுமே ஒழிய மற்றப்படியான நகரத்தன்மையும், நகர மக்கள் அனுபவிக்கும் உரிமையையும் அனுபவிக்க முடியவே முடியாது. ஏனெனில் நகரத்தின் அமைப்பும் அவசியமும் வேறு, கிராமத்தின் அமைப்பும் அவசியமும் வேறு. கிராமம் என்று ஒரு குப்பைக்காடு எதற்காக இருக்க வேண்டும்?

(கிராமங்கள் ஒழிய வேண்டும், நூல் 31/10/1944)

வேதா – கிராமம் சீர்திருத்த மட்டும் அல்ல பெரியாரே, சமூக சீர்திருத்த செய்தாலும் பறையர் ஆதிதிராவிடர் ஆனானேத் தவிர மற்ற மனிதர்களை போல மனிதன் ஆனானா? ஏன் என்றால், திராவிடப் பார்ப்பனர்களை பதம் பார்க்கத்தான் பறையர்களுக்கு ஆதிதிராவிடர் பட்டம் பறைசாற்றப்பட்டது. மதமாற்றம் போல் சாதிய மாற்றம் செய்த பறையர்களுக்கு சாதிய சீர்திருத்தம் ஏற்படுமே ஒழிய, சாதி ஒழிப்பு ஒருபோதும் ஏற்படாது, ஏன் என்றால்? ஒடுக்கப்பட்ட சமுதாயமே சாதிய ஒழிக்க முற்படவில்லை, பெரியாரே! **கிராமம் சீர்திருத்தத்தில் கிராமங்கள் ஒழிய வேண்டும், சமூக சீர்திருத்தத்தில் சாதி ஒழிய வேண்டும்.** எப்படி பறையர் சாதிய பெயரை ஒழித்து ஆதிதிராவிடர் என்னும் சீர்திருத்த சாதிய பெயரை சூட்டினார்களோ, அதேபோலத்தான் கிராமம் சீர்திருத்தத்தில் கிராமத்தை ஒழித்து **பெரியார் நகரம்** அல்லது **பெரியார் நரகம்** என்றுதான் ஏற்படுமே ஒழிய, பெரியார் நகரம் ஒருபோதும் ஏற்படாது! **மேலும் கிராமம் ஒரு குப்பைக்காடு என்றால் நகரம் ஒரு குப்பைமேடு பெரியாரே!**

சாதி எனும் கடைசி வேர் அறுபடும் வரை எனது சிந்தனைகள் தொடரும் என்றார் பெரியார்,

ஆனால் பறையர் வேர் அறுக்க ஆதிதிராவிடர் எனும் ஆலமரத்தின் விதையை விதைத்தீர்கள். எப்படி ஆலமரத்தின் அடிமரம் கரையான்களால் அரிக்கப்பட்டாலும் விழுதுகள் அதனை தாங்கிக் கொள்கின்றன, அதேப்போலத்தான் பறையர்களின் அடிமரம் சாதி ஒழிப்பு கரையான்களால் அரிக்கப்பட்டாலும் ஆதிதிராவிடர் விழுதுகள் அதனை தாங்கி கொள்கின்றதைத் தவிர பறையர்களை பறைசாற்ற ஒருபோதும் உதவியதல்ல பெரியாரே?

திண்டாமை ஒழிய வேண்டுமானால், **ஜாதி ஒழிய வேண்டும் என்றால், ஜாதியை ஒழிக்க இடஒதுக்கீடு ஒழிக்கலாமா?**

கடவுள் நம்பிக்கைக்காக ஒருவன் பார்ப்பானுக்கு அடிமையாக, கீழ் சாதியாக இருக்க வேண்டுமா? என்றார் பெரியார்! தொட்டால் தீட்டு, பார்த்தால் தீட்டு கூறுகின்ற பார்ப்பனர்கள், எப்படி தனக்கு அடிமையாக, கீழ் ஜாதியை போய் சேர்த்துக் கொள்வார்களா? பெரியாரே!

கருவறையில் உள்ள ஆகமவிதிகள் தான் கொரோனா காலத்தில் கடைப்பிடிக்கப்பட்டது, அப்போ கொரோனா வைரஸ் என்ன பார்ப்பனர்களின் ஜாதியா அல்லது கொரோனா தீட்டு பார்ப்பனர்களால் திணிக்கப்பட்டதா? மருத்துவர் சொன்னா மகத்துவம், பார்ப்பனர் சொன்னா அபத்தம்மா? பெரியாரே!

* * *

வகுப்புரிமைக் கிளர்ச்சிக்கு, பெரியாரா?

பெரியார்- நான் **85'வது** ஆண்டுக்கு வேலைத்திட்டமாக நமது சமுதாயம், நமது பார்ப்பனர் அல்லாத சமுதாயமாகிய நான்காம் ஜாதி 'சூத்திரர்' என்று பார்ப்பனரால் ஆக்கப்பட்டு அதற்கு ஏற்ப இழி மக்களாகவும் கல்வி, அறிவுற்ற காட்டுமிராண்டி மக்களாகவும் இருக்கக் செய்யப்பட்ட நாம் கல்வி, நல்வாழ்வு, ஆட்சி உரிமை முதலாகியவற்றில் நம் சமுதாயம் (எண்ணிக்கைக்க ஏற்ப) விகிதாசாரம் அடைய வேண்டும் என்கின்ற சில இலட்சியத்தைப் பெறும்படியான பணியை வேலைத்திட்டமாகக் கொள்ளலாம் என்று நினைத்துக்கொண்டு இருந்தேன். **"வகுப்பு விகிதாசார உரிமையே நமது இலட்சியம்" "விகிதாசாரம் ஒதுக்குவதே பரிகாரம்"** இதற்கு பரிகாரம் தேடவில்லையானால், நாம் என்னதான் பிரச்சாரம் செய்தாலும் கட்சியை பலபடுத்தினாலும், வெற்றி கிடைப்பது முடியாத காரியமாக ஆனாலும் ஆகிவிடலாம், ஆகையால் மைனாரிட்டி முழுவோட்டினால் மெஜாரிட்டி கெடாமல் இருக்க அவர்களை தேர்தலில் ஒதுக்கிவிடுவதே தக்கமார்க்கமாகம். குறைந்தது அவ்விரு சமுதாயத்திற்குமாவது தனித் தொகுதி கொடுத்து ஒதுக்கி விட்டு விட்டால் பெரும் அளவிற்கு தொல்லை ஒழியும் என்பது எனது கருத்து. அதோடு கூடவே வகுப்புவாரி பிரதிநிதித்துவம் என்னும் பேரால் தமிழர், பார்ப்பனர், முஸ்லீம், கிறிஸ்துவர் என்கின்ற தலைப்பில் அவரவர் சமுதாய

எண்ணிக்கைப்படி அரசாங்கத்திற்குள்ள எல்லாத் துறையிலும் இவ்வாறு பிரித்துவிட்டால், தமிழ்நாட்டை, தமிழ் மக்களை பிடித்த எல்லா கேடுகளும் ஒழிந்தே போகும். **"வகுப்புரிமைக் கிளர்ச்சி திட்டம்"** ஆகவே இதைத்தான் எனது 85'வது ஆண்டுத் திட்டமாக நான் கொண்டிருக்கிறேன். இவற்றிலும் முதலாவது நம்நாட்டு ஆட்சியில் நாம் அடைய வேண்டிய வகுப்பு உரிமைக்கு கிளர்ச்சி செய்வதை உடநடித்திட்டமாய் கொண்டிருக்கிறேன். நம் இயக்கத் தோழர்கள் ஆயத்தமாய் இருக்க வேண்டிக் கொள்ளுகிறேன்.

(ஈ.வெ.ராமசாமி, 17/09/1963 சுதந்திர
தமிழ்நாடு எனது இலட்சியம், நூல்)

வேதா - கல்வியில் விகிதாசாரம் அடைய பெரியார் நினைத்ததற்கு *81* ஆண்டுகளுக்கு முன்பே, தி ஹன்டர் கமிஷன் *03/02/1882* ல் உருவாக்கப்பட்டது, மேலும் *Indian Education Commission* என இந்த கமிஷன் அழைக்கப்பட்டது. ஏன் என்றால்? கல்வியில் சாதி மத வேறுபாடு இல்லாமல் இலவசக் கல்வி திட்டம் ஆங்கிலேயர் ஆட்சியில் அறிமுகப்படுத்தினார்கள். மேலும் நல்வாழ்வு விகிதாசாரம் பற்றி பெரியார் பேசுவதற்கு *61* ஆண்டுகளுக்கு முன்பே *1902* ல் ஆங்கிலேயர் ஆட்சியின் கீழ் கோலாப்பூர் மகாராஜா சத்ரபதி சாஹூஜி அவர்கள் வேலைவாய்ப்பில் *50%* சதவீதம் இடஒதுக்கீடு பிற்படுத்தப்பட்ட வகுப்பினருக்கு அறிவித்தார்கள். ஆட்சி உரிமையில் விகிதாசாரம் பற்றி பெரியார் அறிவிப்புக்கு *103* ஆண்டுகளுக்கு முன்பே 'இந்திய கவுன்சில் சட்டம் *1861*' ஐக்கிய பேரரசு *(UK)* நாடாளுமன்றத்தால் இது இந்தியாவின் அரசு பிரதிநிதிகளுக்கு சட்டமியற்றும் உரிமை வழங்கியது, மேலும் "இந்தியன் கவுன்சில் சட்டம் *1909*" வந்த சட்டம் தான் இந்திய சட்டமன்றங்களுக்கு இந்திய உறுப்பினர்களைத் தேர்ந்தெடுக்க தேர்தல் முறை முதன்முறையாக

அறிமுகப்படுத்தப்பட்டது. அதன் தொடர்ச்சியாகத்தான் அரசியல் சீர்திருத்தம் மாண்டேகு தலைமையில் இங்கிலாந்து அரசு கூட்டுத் தேர்தல் தேர்வு கமிட்டியை 14/12/1917 ல் நிராகரித்தாலும் கூட நீண்ட இழுபறிக்கு பிறகு 'வகுப்புவாரி பிரதிநிதித்துவ இடஒதுக்கீடு' கோரிக்கையை 17/11/1919 ல் ஆங்கிலேயர் ஆட்சி காலத்தில் ஏற்றுக்கொண்டார்கள்.

எப்படி பெரியாருக்கு ஆங்கிலேயர் வரலாறு தெரியாது, அப்படித்தான் திமுகவுக்கு நீதிக்கட்சியின் வரலாறு தெரியாது!

அதனால்தான் 'திமுக' வின் வலைத்தளங்களில் (*dmk. In*) பெரியார் பற்றி பதிவு...... 'காங்கிரசை விட்டு வெளியேறுதல்' என்னும் தலைப்பில்:- 'சட்டமன்ற தேர்தலில் வகுப்புவாரி பிரதிநிதித்துவ அடிப்படையில் உறுப்பினர்களை நிறுத்த வேண்டும் என்று கூறி வந்த ஈ.வெ. ரா 1920 ஆம் ஆண்டு, திருநெல்வேலியில் நடைபெற்ற காங்கிரஸ் மாகாண அரசியல் மாநாட்டில், 'அரசு பணிகளில் மக்கள் தொகைக்கு ஏற்ப வகுப்புவாரி இடஒதுக்கீடு வேண்டும்' என்றார் பெரியார். 1920 ல் அரசு பணிகளில் மக்கள் தொகைக்கு ஏற்ப வகுப்புவாரி இட ஒதுக்கீடு வேண்டும் என பெரியார் காங்கிரஸ் மாகாண அரசியல் மாநாட்டில் வலியுறுத்தினார், ஆனால் இந்த வேலைவாய்ப்புகளிலும் இட ஒதுக்கீடு வேண்டும் என பெரியாருக்கு முன்னோடியாக 1916 ல் டாக்டர் சி.நடேசன், டி.எம்.நாயர், தியாகராய செட்டி ஆகியோரால் உருவாக்கப்பட்ட தென்னிந்திய நல உரிமைச் சங்கம் *South India Liberal Federation* கல்வியிலும் வேலை வாய்ப்புகளிலும் பிராமணரல்லாதோரின் பிரதிநிதித்துவம் குறித்து தொடர்ந்து பேசிவந்தார்கள். 1920 ஆம் ஆண்டு நடைபெற்ற தேர்தல் என்பது பார்ப்பனரல்லாதாருக்கு தனி தொகுதி ஒதுக்கீடு வழங்கி நடத்தப்பட்ட முதல் தேர்தலாகும்.

காந்தியின் ஒத்துழியாமை இயக்கம் காரணமாக அத் தேர்தலை காங்கிரஸ் கட்சி புறக்கணித்தது. அதன் காரணமாக

நீதிக்கட்சி எளிதாக வென்றது. அப்போது ஆங்கிலேயரின் ஆசியோடு நீதிக்கட்சி 1921 ஆம் ஆண்டு முதல் 1924 ஆம் ஆண்டு மூன்று சட்டங்களை நிறைவேற்றியது.

16/09/1921 – கம்யூனல் G.O 613.

15/08/1922 – கம்யூனல் G.O 658.

03/02/1924 – கம்யூனல் G.O 761.

கம்யூனல் *G.O. 658/761* இந்த இரண்டு இட ஒதுக்கீடுகள் *15/12/1928* ல் தான் அமலுக்கு வந்தது. *1924* நீதிக்கட்சி மூலம் மூன்று சட்டங்களை நிறைவேற்றிய பிறகு *1925* ல் காஞ்சிபுரம் மாநாட்டில் பெரியார் வேலைவாய்ப்பில் இட ஒதுக்கீடு கேட்டிருக்க வாய்ப்புண்டாத் தோழரே? உண்மையில் இந்த அரசாணைகள் பிராமணரல்லாதவர்களுக்கான இட ஒதுக்கீட்டை வழங்கும் அரசாணைகளாக கருதப்பட்டாலும் இவை பிராமணர்களுக்கும் *16* சதவீத இட ஒதுக்கீட்டை வழங்கின, **அப்படி 16 சதவீத பெற்ற பார்ப்பனர்களின் நிலை 1931 ல் மட்டும் 89.27 % சதவீதம் படிப்பு அறிவு இல்லாத பார்ப்பனர்கள் மட்டும் இந்தியாவில் இருந்தார்கள் பெரியாரே!** (*சான்று* – *Census of India 1931, Volume l, Chapter IX, Page No 332, Literate in English per 10,000 of Population under Caste Literacy for Franchise.*)

89.27% சதவீதம் படிப்பு அறிவு இல்லாத பார்ப்பனர்களெல்லாம் எந்த வார்ணாஸ்ரம தர்மத்துக்கு அடிமையாக இருந்தார்கள் பெரியாரே?

அதனால்தான் முன்னாள் தமிழக முதல்வர் பேரறிஞர் அண்ணாவும் கூட, இந்த அரசாணை குறித்து குறிப்பிடும்போது, "தென்னாட்டைப் பொறுத்தவரை கம்யூனல் ஜி.ஓ. திராவிட சமுதாயத்தின், ஏன் பார்ப்பனர் உள்பட மனித சமுதாயத்தின் சுதந்திர சாசனம் ஆகும். கம்யூனல் ஜி.ஓ. ஒரு மானுட சுதந்திர சாசனம் என்று

குறிப்பிட்டார். மேலும் இந்தியா சுதந்திரம் பெற்று, இந்திய அரசியலமைப்புச் சட்டம் அமலுக்கு வந்த பிறகு இந்த அரசாணையை எதிர்த்து இரு மாணவர்கள் மெட்ராஸ் உயர் நீதிமன்றம் சென்றபோது, இந்த கம்யூனல் ஜி.ஓ. செல்லாது என 27/07/1950 ல் தீர்ப்பளிக்கப்பட்டது. அதன் பிறகு இட ஒதுக்கீடு அளிக்க எதுவாக இந்திய அரசியலமைப்பு சட்டம் திருத்தப்பட்டது. பார்ப்பனர்களுக்கு 16 சதவீதம் இட ஒதுக்கீடு வழங்கிய கம்யூனல் ஜி.ஓ. '*ஒரு மானுட சுதந்திர சாசனமாகும்*' என பேரறிஞர் அண்ணா போற்றாலும் கூட திராவிட தம்பிமார்களின் தம்பட்டமோ...பொருளாதாரத்தில் பின்தங்கிய ரீதியில் 10 சதவீத இட ஒதுக்கீட்டில் ஒரு பார்ப்பனர் கூட இடம் பெறக்கூடாது...என திராவிட தம்பட்டம்...அப்போ **அண்ணா ஆதரித்த பார்ப்பனர் இட ஒதுக்கீடு திமுக எதிர்ப்பது ஏன் பெரியாரே?**

சமூகநீதிப் போய் ஒரு மானுட சுதந்திர சாசனத்தை சிறைப்பிடிக்கலாமா பெரியாரே? மேலும் பொருளாதாரத்தில் பின்தங்கியவர்களுக்கு வருமான உச்ச வரம்பு 8 லட்சம் ரூபாய் வரை உள்ளவர்கள் ஏழைகளா? அல்லது *OBC* க்கு மட்டும் 15 லட்சம் வரை வருமான உச்ச வரம்பு உள்ளவர்கள் ஏழைகளா? என்று க்ரீமிலேயர் என்னும் பசையடுக்கு என்ற சொல் ஏ.என்.சட்டநாதன் கமிஷனால் *G.O Ms. No 842, 13/11/1969 (Date of Constitution)* அறிமுகம் செய்யப்பட்டது. *30/09/2018* க்கு பிறகு *SC/ST* க்கும் **இந்த க்ரிமி லேயர் பொருந்தும் மேலும் எட்டு லட்சம் ஆண்டு வருமானம் உள்ள பட்டியில் இனத்தவர்களே இலவச கல்விக்கு நிதி பெற்றால் அவர்கள் ஏழையல்ல, ஆனால் எட்டு லட்சம் ஆண்டு வருமானம் உள்ளவர்கள் வேலை வாய்ப்பு கேட்டால் அவர்கள் மேல் ஜாதி ஏழைகளா?** என 21/01/2021 அன்று *Red Pix 24×7 Youtube* கரிகாலன் போன்றவர்களின் அறியாமையும் போற்றுவதும், நடிகை **காயத்ரி ரகுராம்** அவர்களை காயப்படுத்துவதும் பார்த்தால்

பெரியாரின் பெண்ணியம் காப்பாற்றப்படுதா... தோழரே? எட்டு லட்சம் ஆண்டு வருமானம் உள்ள ஏழைகள் வேலை வாய்ப்பு தான் கேட்டார்களே தவிர எட்டு லட்சம் ஆண்டு வருமானம் உள்ள பட்டியில் இன ஏழைகளைப் போல் இலவச கல்வி ஒருபோதும் கேட்கவில்லை தோழரே? கடந்த ஐந்து ஆண்டுகளில் *2016* முதல் *2021* வரை பட்டியல் இனத்தை சேர்ந்த மாணவர்களுக்கு *927* கோடி ரூபாய் நிதி திருப்பி அனுப்பப்பட்டது ஏன்? என்று கேள்விக்கு பதில் அளித்த **திமுக அமைச்சர் கயல்விழி செல்வராஜ்** *"அதில் சில நடைமுறை சிக்கல்கள் இருந்தன. அயல்நாடு கல்விக்காக உதவித்தொகை பெறுவோருக்கான ஆண்டு வருமான வரம்பு 2.5 லட்சத்திலிருந்து 8 லட்சமாக இந்த ஆண்டு உயர்த்தப்பட்டுள்ளது".* **(BBC Tamil, 22/03/2022).** என்னங்க அமைச்சரே ஆண்டு வருமான வரம்பு எட்டு லட்சத்திலிருந்து 2.5 லட்சம் குறைந்தனால் தான், பயனடைய பட்டியல் இனத்தை சேர்ந்த மாணவர்கள் கூட பயனடையமாட்டார்கள், ஆனால் 2.5 லட்சத்திலிருந்து எட்டு லட்சம் வரை வருமான வரம்பு கூட்டியதே... அதிக ஆதி திராவிடர் மாணவர்கள் பயன்பெற வேண்டுமே தவிர இப்படி திருப்பி அனுப்பப்பட்ட 927 கோடிக்கு மூட்டை மூட்டையாக வெங்காயம் விளக்கம் எதற்கு அமைச்சரே? தமிழ்நாடு பறையர் பேரவையின் தலைவர் **வெற்றி மாறன்** என்பவர் ஆதி திராவிடர் சமூகத்தை சேர்ந்த ஒருவர் தமிழக முதல்வர் ஸ்டாலின் வீட்டுக்கு ஒரு மனு கொடுக்க முடியாமத்தான் *27/09/2021* முதல்வர் வீட்டு முன்பே தீக்குளித்து *05/10/2021* அன்று சிகிச்சை பலனின்றி உயிரிழந்தார். அன்று உயிர் இழந்து முன்பே ஆதி திராவிடர் தன் உரிமையே இழந்தான், அப்போ **உரிமை இழந்த ஆதி......** நிதியை மட்டும் எப்படி பெறுவான் பெரியாரே?

* * *

சமதர்ம சங்கியாப் பெரியார்?

பெரியார் – நமது அரசாங்கத்தின் சமதர்ம (*Socialist*) திட்டம் எளிதான திட்டம் அல்ல. அரசாங்கத்திற்கு மிகவும் சிரமும், தொல்லை தரத்தக்கதுமான திட்டமாகும். நம் நாட்டில் பாமர மக்கள் பகுத்தறிவற்றவர்களாக இருப்பதாலும், ஆதிக்கத்தில் இருந்துவரும் பார்ப்பனரும், செல்வான்களும் எந்தக் கேடான காரியமும் செய்யத்தக்க அளவுக்கு துணிவும், வசதியும் உடையவர்களாக இருப்பதாலும், இவர்கள் ஆதரவால் காலிகளும், முஸ்லிம்களும், பொறுப்பற்ற தன்மையில் அரசாங்கத்திற்கு எதிரிகளாய் இருப்பதாலும், இந்த அரசாங்கத்திற்கு பொதுமக்கள் ஆதரவு மிக மிகத் தேவைப்படுகிறது. பொருளாதாரம் பேதம் ஒழிய வேண்டியது அவசியமேயானாலும், முதலில் கவனம் செலுத்த வேண்டியது ஜாதி ஒழிப்பு வேலையே, அதனால் அந்த காரியத்திற்கு, அரசாங்கத்திற்கு நிபந்தனையற்ற ஆதரவளிக்க வேண்டியவர்களாகிறோம். பொருளாதார பேதம் பெரிதும் உலகமெங்கிலும் இருந்துவரும் பேதம் என்பதோடு, அதை அவ்வளவு எளிதில் ஒழித்துவிடுவது என்பது மிக்க சிரமத்தைத் தரத்தக்கதாகும்.

(சுதந்திரத் தமிழ்நாடு எனது இலட்சியம், நூல், *17/09/1964*)

வேதா – சமதர்மச் சங்கியாப் பெரியார், ஏன் என்றால்? முஸ்லீம்களும் பொறுப்பற்ற தன்மையில் அரசாங்கத்திற்கு எதிரிகளாய் இருப்பதாலும், இந்த அரசாங்கத்திற்கு

பொதுமக்கள் ஆதரவு மிக மிகத் தேவைப்படுகிறது. மேலும் பொருளாதார பேதம் ஒழிய வேண்டியது அவசியம் என பெரியார் விதை விதைத்தாலும் கூட பெரியாரின் போர்வாள் எம்.ஆர்.ராதா விதைத்த விதை பார்த்து உலகமே சிரித்தது...... **உலகம் சிரிக்கிறது** திரைப்படம் 1959 ஆம் ஆண்டு காந்தி ஜெயந்திக்கு வெளியிடப்பட்டது.

திராவிடத்தை திட்டிய திரைவசனங்கள்:-

எம்.ஆர்.ராதா – ஏண்டா உழுத உழுத சத்தம் போட்டு இருக்கிற...... என்னமோ பணம் வாங்காம உழுததது மாதிரி... நாங்களும் காசு கொடுத்துட்டு வாங்கி சாப்பிடறோம்...... **தொழிலாளி** – காசு என்னங்க பெரிசு காசு? இது இன்னக்கி போகும் நாளைக்கு வரும்...... மனுஷனுக்கு குணம் தான் பெருசு!

எம்.ஆர்.ராதா – குணம் பெருசுனா...ஏண்டா? பணத்திற்கு பிச்சை எடுக்கிற...?

தொழிலாளி – அந்த நிலைமைக்கு நீங்க கொண்டு வந்து விட்டுட்...டீங்க? இன்னைக்கு இருக்கிற வீடு யார் கட்டுனது தெரியுமா?

எம்.ஆர்.ராதா – யார் கட்டுனது டா? யார்றா...தெரியாதுடா... சொல்றா...?

தொழிலாளி – மன்குடிசையில் வாழ்றானே தொழிலாளி... அவன் கட்டுனது...

எம்.ஆர்.ராதா – அவன் எந்த குடிசையில் வாழ்ந்தா... எனக்கு என்ன? பணம் வாங்காமியா...கட்டுனா? சாயந்திர ஆனவுடனே சல்லி எண்ணிக்கிட்டுத் தான் போயிருக்கான்... ஒவ்வொரு பயலும்...

பாலிடிக்ஸ் பேசுறான் பாலிடிக்ஸ்... பரதேசி பசுங்க பாலிடிக்ஸ்...போடா...! நம்ம நாட்டுள எண்ணிப் பார்த்தால் 400 பணக்காரங்கூட தேற மாட்டான்... இவனுங்க என்னங்கடா...சதா அவங்களேயே திட்டிட்டு இருக்கானுங்க...... பொறாமை புடிச்ச பயலுங்க... ஒவ்வொருத்தன் ஒரு நாட்ட...பணக்காரன் நாடு ஆக்கனும்னு படாதப்...பாடு பட்டிருக்கான்... இங்கே என்னடா...னா? இருக்கிற பணக்காரனை பிச்சைக்காரனா ஆக்கிறதற்கு திட்டம் தீட்டுறாங்களாம்... இதற்கு பெயர் என்னடா... னா? **சரி சமானமா வாழ்றதாம்... புரியாதப் பயலுங்க...**

(உலகம் சிரிக்கிறது திரைப்படம்)

வேதா – பரதேசி பசுங்க பாலிடிக்ஸ் பெரியாரின் பாலிடிக்ஸா, அல்லது இருக்கிற பணக்காரனை பிச்சைக்காரனா ஆக்கிறதற்கு திட்டம் தீட்டுறாங்களாம்... திட்டம் தீட்டுறதோ திராவிடர் கழகமா? இதற்கு பெயர் என்னடானா...சரி சமானமா வாழ்றதாம்...புரியாதப் பயலுங்க... பெரியாரா? ஏன் என்றால்? இரத்தக் கண்ணீர் திரைப்படத்திலும் திராவிடத் தலைவர்களை பற்றி தொகுத்து வசனம் பேசிருப்பார்... "ஊருக்கு ஒரு லீடர், ஆளுக்கு ஒரு கொள்கை...அவன் அவனுக்கு ஒரு டஜன் பட்டினிப் பட்டாளம்...நான்சென்ஸ்" அதனால்தான் அன்று **இரத்தக்கண்ணீர்** திரைப்படத்திற்கு சுதேசமித்திரனில் விமர்சனம் எழுதிய **'சாண்டில்யன்'**- "ஒருவரே வில்லனாகவும் கதாநாயகனாகவும் வருகிறார், சீர்திருத்தக் கருத்துக்களைப் பேசுபவன் இவ்வளவு மோசமானவனாக இருப்பானா?...என்றும் ஆமாம் தான் இதற்கு பதில்... எப்படி **திருப்புகழ்** இயற்றிய முருகப் பக்தர் **அருணகிரிநாதர்,** ஒருவரே காம வெறியனாகவும், சித்தராகவும் வருகிறார், என்ற சாண்டில்யன் சிந்தித்து இருந்தால்...சீர்திருத்த கருத்துக்களை பேசுபவர்கள் இவ்வளவு மோசமானவனா

இருப்பானா என்ற சந்தேகம் சாண்டில்யன் அவர்களுக்கு வந்திருக்குமா? ஈரோட்டில் 'விதவையின் கண்ணீர்' நாடகம் நடந்த போது, அந்த நாடகத்தை பார்த்து அறிஞர் அண்ணா கூறுகிறார்...'நாங்கள் நூறு மாநாடுகள் நடத்துவதும் ராதா ஒரு நாடகம் நடத்துவதும்...சமம், என்று புகழ்ந்தார்... அதனால்தான் நாடகத்திலும் சமதர்மம் எது? என எம்.ஆர். ராதா புரியவைத்தார்...... **சங்கரதாஸ் சுவாமிகள்** நல்ல நாடக கலைஞர், ஆனால் அவர் வேறு கலைஞர்களை உருவாக்கியதில்லை, எனவே அவரை நாடக உலகின் தந்தை என்று அழைப்பது தவறு...... **ஜெகந்தநாதய்யரைத்** தான் அப்படி அழைக்க வேண்டும், என பார்ப்பனர்களுக்கு ஆதரவாகவும், பெரியாரின் போர்வாள் எம்ஆர்.ராதாவின் கருத்துதான் பெரியாரின் பகுத்தறிவுக்கு எதிராக போர் தொடுத்ததுனால் தான் என்னவோ...பெரியாரின் போர்வாள் என்ற பட்டத்தை பெற்றார் இந்த எம். ஆர். ராதா.

* * *

சுதந்திரப் புரளியாப் – பெரியார்?

பெரியார் – நாளைக்கு நடைபெறப் போகும் விழாவில் திராவிடர் கழகத்தார் கலந்து கொள்ளமாட்டார்கள். ஒதுங்கி நிற்பார்கள். "திராவிட நாடும் தனி ஆட்சி பெற்றிருந்தால் நாமும் முஸ்லீம்களைப் போல் எவ்வளவு மகிழ்ச்சிகரமாகக் கொண்டாடலாம்'' மகா மகம் 12 ஆண்டுகளுக்கு ஒருமுறை தான் வருகிறது. ஒருவருடைய ஆயுளில், அதிகமானால், 5 தடவைக்கு மேல் வராது. ஆயினும் அதன் பித்தலாட்டதை உணர்பவர்கள் அதில் கலந்து கொள்வதில்லை. சுதந்திர நாள் அடிக்கடி வராது தான். ஆனாலும் "புதிய எஜமானனுக்கு அடிமையாயிருப்பதற்கு உனக்கு முழு சுதந்திரம் கிடைத்த விட்ட நாள் இது" என்றால் எப்படி இணங்க முடியும்? மவுண்ட்பேட்டன் காலடியில், டொமினியன் அந்தஸ்து என்ற கிரீடத்தை வைத்துக் கொள்வதைவிட, எல்லாக் கட்சிகளும் ஒன்று கூடி திராவிடத் தனி அரசான சோஷியலிஸ்ட் குடியரசை ஏற்படுத்தும் நாள் வந்தால், எவ்வளவு உற்சாகமாயிருக்கும் என்பதுதான் இன உணர்ச்சி கொண்ட திராவிடர்களின் ஆசை. இந்திய சுதந்திரத்திற்கு ஆதிமுதல் முட்டுக்கட்டையாயிருந்து வந்த சர்ச்சில் கூட ஏற்றுக்கொள்ளக் கூடிய இந்த சுதந்திரமானது, எவ்வாறு முழுச் சுதந்திரமாகும்? எவ்வாறு காங்கிரசின் வெற்றி விழாவாகும்? இரண்டு மூன்று நாட்களில் விழா முடிந்து விடும். அதன் பிறகு? நாட்டைப் பிடித்த பீடைகள்யாவும் ஒழிந்து விடுமா? வறுமை, வேலையின்மை, உணவின்மை, வீடின்மை, உடையின்மை, ஆகிய கொடுமைகள் ஒழிந்து

போகுமா? உழைப்பவனுக்கே உடைமையில் உரிமை என்ற நிலைமை ஏற்படுமா? வடநாட்டுச் சுரண்டல் மறையுமா? உள்நாட்டுக் கள்ளமார்கெட் அழியுமா? ஆரியத்தின் ஆதிக்கம் மறையுமா, பிறவி முதலாளித்துவம் தொலையுமா? ஜாதிக் கோட்டை நிர்மூலமாக்கப்படுமா? இவைகள் யாவும் உள்ள திட்டங்கள் நாளைவரும் "சுதந்திரத்தில்" உண்டா? இல்லையானால் இவைகள் யாவும் கலந்த அடுத்த சுதந்திர நாள் கொண்டாட்டத்தை எதிர் பாருங்கள். அதற்கான சக்திகளை ஒன்று திரட்டுங்கள்! திராவிட நாடு திராவிடருக்கே!

(விடுதலை, 14/08/1947)

வேதா – திராவிடத் தனி அரசான சோஸியலிஸ்ட் குடியரசை ஏற்படுத்தும் நாள் துக்க நாள் அல்ல, ஆனால் இந்தியா சுதந்திரம் அடைந்த 15/08/1947 நாளைத்தான் "துக்க நாள்" என்று பெரியார் விடுதலையில் அறிக்கை வெளியிட்டார். கட்சியின் மற்ற தலைவர்களுடன் கலந்து ஆலோசிக்காமல் அவர் வெளியிட்ட அறிக்கை, கழகத்தினருக்கு அதிர்ச்சியை அளித்தது. குறிப்பாக, திராவிட கழகத்தின் பொது செயலாளராக இருந்த அண்ணா பெரிதும் வேதனை அடைந்தார். முடிவில் "சுதந்திர தினம் துக்க நாள் அல்ல, இன்ப நாள்" என்று மாற்று அறிக்கை வெளியிட்டார்கள். ஆனால் முன்னோட்ட அறிக்கைகள் பார்த்தோம் என்றால், பெரியார் குடி அரசு இதழில் 10/03/1935 ல் சுயமரியாதை இழந்த பெரியார் ஓர் அறிக்கை வெளியிடுகிறார், "காங்கிரசை எதிர்ப்பதற்காக எவ்வளவு வேண்டுமானாலும் ஏகாதிபத்திய அரசாங்கத்தோடு ஒத்துழைக்கத் தயாரென்பது ஈரோட்டு பாதையின் அரசியல் கொள்கை என்று ப.ஜீவானந்தம் தமது "ஈரோட்டு பாதை சரியா? என்ற நூலில் கூறுகிறார். மேலும் "நான் பார்த்த அரசியல்" என்னும் நூலில் கூட கவிஞர் கண்ணதாசன் கூறுகிறார், பெரியார் ராமசாமி அவர்கள் காங்கிரஸிலே இருந்து பிரிந்த பிற்பாடு,

பிராமணர்களை எதிர்க்கிறேன் என்கிற போக்கிலே அவர் இந்தியாவை எதிர்க்கத் தலைப்பட்டார், இந்தியாவை விடுதலைக்கு விரோதமாகப் போகவும் தலைப்பட்டார். இந்தியாவுக்கு விடுதலை கிடைக்க கூடாது என்பதிலே அவர் முன்னணியிலே நின்றார்.

பாகிஸ்தான் பிரிவினை கோரிக்கை ஆரம்பமான போது திராவிடஸ்தான் பிரிவினையையும் அவர் ஆரம்பித்தார். பிராமணர்கள்தான் இந்திய தேசிய காங்கிரஸ், பிராமணர்களுடைய ஆதிக்கம் தான் இந்தியாவில் இருக்கிறது என்பது போல் ஒரு கற்பனையைச் செய்து கொண்டு தென்னாட்டில் அவர்களை ஒழிப்பதற்காகவே வெள்ளைக்காரர்கள், இருக்க வேண்டுமென்ற ஆசையை அவர்கள் மக்கள் மனதில் வளர்க்கத் தொடங்கினார்கள். இந்தியாவுக்கு சுதந்திரம் வருவதற்கு முன்னால், "இந்தியாவுக்கு சுதந்திரம் கொடுக்கக்கூடாது" என்று தந்தி கொடுத்தவர்கள் தமிழகத்தில் மட்டும் தான் இருந்தார்கள். அதை பற்றி பெரியார் அவர்கள் ஒரு கூட்டத்தில் பேசும்போது நான் போய் இந்த வெள்ளைக்காரனை பார்த்தேன். அவனிடம் சொன்னேன், "என்னய்யா யோக்கியதை இது, நீ பாகிஸ்தான் கொடுத்துப்போல திராவிடஸ்தான் கொடுத்துவிட்டல்லவா விடுதலை கொடுத்திருக்க வேண்டும்" என்றேன். ஆனால் வெள்ளைக்காரனுடைய யோக்கியதை பாருங்கள். அதை அவன் ஏற்றுக்கொள்ளவே இல்லை. அப்போ **பாகிஸ்தான் திராவிடஸ்தான் கொள்கை** ஒன்று தான் பெரியாரே! ஏன் என்றால்?

எப்படி *15/08/2019* ல் இந்திய சுதந்திர தினத்தை 'கருப்பு தினம்' அனுசரித்தது **பாகிஸ்தான்**, அப்படியே...**திராவிடஸ்தான்** பெரியார் தலைமையில் *15/08/1947* துக்க நாள் அனுசரித்தது.

நாங்கள் அண்ணா வழியில் பயணித்துக் கொண்டிருக்கிறோம். எங்களை பெரியார் வழிக்கு தள்ளி தனி நாடு கேட்க

விட்டுவிடாதீர்கள், என 2 ஜி ராஜா 5 ஆம் ஜூலை 2022 அன்று பேசியுள்ளார்... பெரியாரே! அப்படி தமிழ்நாடு தனி நாடு ஆகியிருந்தால், கண்டிப்பாக 6.25 லட்சம் கோடிக்கு கடன் வைத்த இன்றைய தமிழகம் 2016 ஆம் ஆண்டே திவாலாகி ஸ்ரீலங்கா பாகிஸ்தான் நாடுகளுக்கு முன்னோடியாக விளங்கி மெரினா கடற்கரையே ஓர் திராவிட மயானமாக்கி இருப்பார்கள் பெரியாரே!

ஆனால் வெட்கக்கேடு என்னவென்றால் திராவிட மயானத்தில் திராவிட தந்தைக்கு கூட இடமில்லையே! இது திராவிட மயானமா, அல்லது திராவிட மாடலா பெரியாரே?

* * *

பெரியாரை தாக்கிய கலைஞர்!

ஈ.வெ. ரா. வை தேசிய பாதுகாப்பு சட்டத்தில் கைது செய்யாதது ஏன்? சட்டமன்றத்தில் முழங்கிய கருணாநிதி.

கலைஞர்– பத்திரிகைகள் மீது பாதுகாப்பு சட்டம் எழுதினால், பேசினால் முரசொலி, மாலை மணி ஆகியவற்றின் மீது பாதுகாப்பு சட்டம் பாய்ந்தது. நான் ஒரு பத்திரிக்கையில் வந்த வாசகத்தை அப்படியே படித்து காட்டுகிறேன். அதை படித்து பிறகு கனம் அமைச்சர் அவர்களுக்கு எவ்வளவு கோபம் வருமோ தெரியாது. தலைப்பு "கம்யூனிஸ்டுகளும் நானும்" என்பதாகும்... "நாளைக்கு ரஸ்யாக்காரன் இந்த நாட்டின் மீது படையெடுத்தால் நான் ரஸ்யாக்காரனை ஆதரித்து சுட்டுக்கொல்லப்படவோ அல்லது இந்நாட்டு சிறையில் இருக்குவோ தான் தயாராய் இருப்பேனேயொழிய, காங்கிரஸ் கட்சிக்கு இந்தியா தேசாபிமானத்துக்கு அடிமையாக ஒரு நிமிஷமும் இருக்க சம்மதிக்க மாட்டேன். இத்தனைக்கும், **நான் ஒன்பது மாற்றுக் கம்யூனிஸக்காரனுமல்ல"**— இத்தனைக்கும் நான் எழுதியிருந்தால் கருணாநிதியை பாளையங்கோட்டைக்கு அல்ல, பாலைவன கோட்டைக்கே அனுப்பியிருப்பார்கள். திராவிட முன்னேற்ற கழகத்தினர் அத்தனை பேர்களையும் கண்காணாத் தேசத்திற்கு அனுப்பியிருப்பார்கள். எழுதியது யார்? "நாளைக்கு ரஸ்யாக்காரன் இந்த நாட்டின் மீது படையெடுத்தால் நான் ரஸ்யாக்காரனை ஆதரித்து சுட்டுக்கொல்லப்படவோ, அல்லது இந்நாட்டு சிறையில் இருக்கவோ தான் தயாராய்

இருப்பேனேயொழிய காங்கிரஸ் கட்சிக்கு இந்தியா தேசாபிமானத்துக்கு அடிமையாக ஒரு நிமிஷமும் இருக்க சம்மதிக்க மாட்டேன்” என்று எழுதியவர், எனக்கு சொல்ல வெட்கமாக இருக்கிறது.

இன்றைய தினம் காங்கிரஸ் கட்சியை ஆதரிக்கின்றன பெரியார் திரு ஈ.வெ. ரா அவர்கள் 05/02/1966 ‘விடுதலை’ பத்திரிக்கையில் இந்த தலையங்கத்தை எழுதியிருக்கிறார். பாதுகாப்பு சட்டம் எங்கே போயிற்று? பாதுகாப்பு சட்டம் பெரியார் என்ற பெயரை கண்டவுடனே மழுங்கி விட்டதா? அவர் காலடியில் மண்டியிட்டு விட்டதா? தேர்தலில் அவரை பயன்படுத்தி கொள்ள வேண்டுமென்ற நப்பாசை காரணமாகத்தான் அவர் மீது நடவடிக்கை எடுக்கப்படாமல் விடப்பட்டிருக்கிறதே தவிர வேறில்லை. கேவலம் சில பல வோட்டுகளுக்காக இந்த நிலைக்கு காங்கிரஸ் கட்சியினர் போய்விட்டார்களே என்று கவலையாக உள்ளது.

(**சான்று:-** *11/03/1966 அன்று கருணாநிதி சட்டசபையில், கலைஞரின் சட்டமன்ற உரைகள் புத்தகத்தில், மூன்றாம் பாகம், பக்கம் எண் 57 லே...)*

வேதா – *1936 ஜூன் 14 ல் குடி அரசு இதழில் பெரியார் கேள்வி எழுப்பினார், நாம் எந்த விதத்தில் தேசத்துரோகிகள்?* அதற்கு பதிலளித்த கலைஞர், **பெரியாரை தேசிய பாதுகாப்பு சட்டத்தில் கைது செய்யாதது ஏன்?** என *1966 மார்ச் 11 ல் சட்டமன்ற உரையில் முழங்கியவர் தான் கலைஞர், ஆனால் அதே கலைஞர் தான் 1972 ஆகஸ்டு 15 தான் சுதந்திர போராட்ட வீரர்களுக்கான தாமிரப் பட்டயமும் வழங்கினார்...அப்போ கலைஞர் எழுப்பிய கேள்வியைத் தான் ஊடகவியலாளர் ரங்கராஜ் பாண்டே, 73’ வது குடியரசு தின விழாவை முன்னிட்டு 20/01/2022 ல்* கேள்வியை எழுப்பினார்...வ.வு.சி, பாரதி இங்கே... பெரியார் எங்கே?

மத்திய அரசு நிராகரித்த தமிழக அலங்கார ஊர்தியில் பெரியார் படம் இடம் பெறவில்லை……அந்த ஆதங்கத்தில் தான் ரங்கராஜ் பாண்டே…வ.உ.சி, பாரதி இங்கே, பெரியார் எங்கே? சுட்டிக்காட்டியதற்கு பதிலாகத்தான் குடியரசு நாள் அணிவகுப்பில் "பெரியாருக்குத்தான் முதல் மரியாதை" என பெற்று தந்த பாண்டேவின் பார்வையைத்தான் பகுத்தறிவு பசங்க பறைசாற்ற வேண்டும். அலங்கார ஊர்தியில் மட்டும் அல்ல, அறிக்கை வெளியிட்டத்திலும் பெரியார் எங்கே? என்ற கேள்வியைத் தான் தமிழக முதல்வர் திரு.மு.க. ஸ்டாலின் அவர்கள் வெளியிட்ட அறிக்கை எண் *123* நாள் *18/01/2022…* "இந்தியாவில் வேறு எந்த மாநிலத்திற்கும் சற்றும் சளைக்காத வகையில், விடுதலைப் போரில் தமிழகம் செய்த *250* ஆண்டுகாலத் தொடர் பங்களிப்பு சுதந்திர போராட்ட வரலாற்றில் மிக முக்கியமானதாகும். முதல் இந்திய சுதந்திர போர் என போற்றப்படும் சிப்பாய் புரட்சிக்கு*(1857)* அரை நூற்றாண்டுக்கு முன்பே நடந்தேறிய வேலூர் புரட்சி ஆங்கிலேய வல்லாதிக்க எதிர்ப்பு வரலாற்றில் முக்கிய தொடக்கமாகும். அதேப்போல், ஜான்சிராணி வாள் வீசுவதற்கு முக்கால் நூற்றாண்டுக்கு முன்பே, ஆங்கிலேயர்களைத் தீவிரமாக எதிர்த்தப் போரிட்டு, தான் இழந்த நாட்டை வென்ற ஒரே ராணி என்ற புகழைப் பெற்றவர் வீரத்தாய் வேலுநாச்சியார். ஆங்கிலேய அடக்குமுறைக்கு எதிராகப் பலமுறை போரிட்ட பூலித்தேவன், ஏகாதிபத்திய அடக்குமுறைக்கு எதிரான போரில் ஆங்கிலேயருக்கு சிம்ம சொப்பனமாகத் திகழ்ந்த வீரபாண்டிய கட்டபொம்மன், வீரன் சுந்தரலிங்கம், மருது சகோதரர்கள், தீரன் சின்னமலை உள்ளிட்ட எண்ணிலடங்கா வீரத்திருமகன்களை விடுதலை தியாகத்திற்கு தந்த மண் தமிழ்நாடாகும். ஆங்கிலேயர்களின் வணிகத்திற்குப் போட்டியாக, சுதேசி கப்பல் கம்பெனி எனும் பெரும் கனவை நெஞ்சில் ஏந்தி, தன் உடல், பொருள், ஆவி என அனைத்தையும் இழந்து, ஆங்கிலேய அடக்கு

முறைக்கு எதிராக செயல்பட்டு இரட்டை தீவாந்திர தண்டனை பெற்றவர் வ.வு.சிதம்பரனார். ஆங்கிலேய ஏகாதிபத்தியத்திற்கு எதிராக தனது வீரமிக்க கவிதைகளால் விடுதலை வேள்வி செய்தவர் பாரதியார்". முதலவர் ஸ்டாலின் அறிக்கையில் பெரியார் பெயர் ஏன் விடுப்பட்டது? அதுவும் சுதந்திர போராட்ட வீரர் பெரியார் அவர்களுக்கு கலைஞர் வழங்கிய தாமிரப் பட்டயம் தவடுபொடியாகி விட்டதா? தமிழகத்தில் *30/09/2010* வரை *4,113* சுதந்திர போராட்ட வீரர்கள் ஓய்வூதியம் பெற்றவர்களில் பெரியாரும் ஒருவரா? அதுவும் *25 'வது* சுதந்திர தின விழாவை சிறப்பிக்க *15/08/1972* ல் பாரத பிரதமர் திருமதி.இந்திரா காந்தி தலைமையில் மொத்தம் *70,000* தாமிரப் பட்டயம் வழங்க முடிவு எடுத்ததில் முதற் கட்டமாக *29,000* தாமிர பட்டயம் எல்லாம் மாநிலத்துக்கும் *31/01/1972* ல் வழங்கியது மத்திய அரசாங்கம். விநோதய சித்தம், என்னவென்றால், மத்திய அரசாங்கம் வழங்கிய சுதந்திர போராட்ட வீரர் பட்டியலில் **ஸ்ரீ. ஈ.வெ. ராமசாமி நாயக்கர்** பெயர் கிடையாது. இதை உறுதி செய்த தகவல் அறியும் **உரிமை சட்டம் 2005 படி எண்:-** *RTI Application Registration Number:- MHOME/R/E/22/00407 Dated 30/01/2022* என்ற அறிக்கை *01/02/2022 Ministry of Home Affairs* வெளியிட்டது... ஆனாலும் மத்திய அரசாங்கத்தின் நெறிமுறைகளை கடைப்பிடிக்காத கலைஞர் தான் சுதந்திர தினத்தை துக்க நாள் அறிவித்த பெரியாருக்கு சுதந்திர போராட்ட வீரர் என தாமிர பட்டயத்தை வழங்கி பகுத்தறிவுக்கே பட்டையை போட்டு விட்டார்கள். அந்த நெறிமுறைகளை மத்திய அரசாங்கம் சுதந்திர போராட்ட வீரர்களின் தகுதியை தீர்மானிக்கும் *40* விதமான விடுதலை போராட்ட இயக்கங்கள் என பட்டியிலட்டத்தில், மூன்று போராட்டங்கள் மட்டும் தான் தமிழகத்தில் நடைபெற்றது.

1. வெள்ளையனே வெளியேறு இயக்கம் - *1942, Quit India Movement.*

2. மதுரை ஹார்விமில் போராட்டம் - *1945-47, Madurai Conspiracy Case.*

3. கன்னியாகுமரி சென்னை மாநிலத்துடன் இணைப்பு - *1947, The Merger Movement of Travancore.*

இந்த மூன்று விதமான விடுதலை போராட்ட இயக்கத்திற்கு பெரியாருக்கு எந்த தொடர்பும் கிடையாது, இதை ஊர்ஜிதப்படுத்தியது தகவல் அறியும் உரிமை சட்டம். இருந்தாலும், காந்தியின் ஒத்துழையாமை இயக்கம் *Non Cooperation Movement 1920,* ல் பங்கேற்றியவர் தான் பெரியார், ஆனால் *1925* ல் காங்கிரஸ் விட்டு வெளியேறிய பெரியார் அதே ஒத்துழையாமை இயக்கத்திற்கு எதிராக ஆங்கிலேயர் ஆட்சிக்கு ஒத்துழைப்பு தந்து தனி 'திராவிட நாடு' கோரிக்கையையும் வைக்கப்பட்டது, ஆனால் கோரிக்கையை நிராகரித்தது ஆங்கிலேயர் அரசு!

திராவிடஸ்தான் அடைய பெரியார் எப்படி

ஒத்துழையாமை இயக்கத்திற்கு எதிராக

செயல்பட்டாரோ, அதேப் போலத்தான்...

ஹிந்துஸ்தான் அடைய வீர சாவர்க்கர்

ஒத்துழையாமை இயக்கத்திற்கு எதிராக செயல்பட்டார்...

மேலும், குறிப்பாக ஒத்துழையாமை இயக்கத்தை திரும்பப் பெற்றது காங்கிரஸ், அதில் முதன்மையானவர் மோதிலால் நேரு...**அப்போ ஆர்.எஸ்.எஸ் போல காங்கிரஸும் தேசத் துரோகியா? ...திராவிட கட்சி பார்வையில்!**

பெரியார் – சுயராஜ்ஜியம் என்பது அர்த்தமற்ற பேச்சு, இந்தியா என்பது கற்பனை என்றும் சொல்லுகிறேன்... வெள்ளையனை விரட்டுகிறேன், எட்டு, பத்து நாள்களில் சுயராஜ்ஜியம் கொண்டு வருகிறேன் என்று ஏதாவது உங்களுக்கு ஆசை வார்த்தை கூறி மயக்கினவனா? ஒன்றும் இல்லையே...

(திராவிடர் -ஆரியர் உண்மை, நூல்)

நாங்கள் வெள்ளையரை அப்பொழுதே கேட்டோம், நாங்கள் உங்களை யுத்த காலத்தில் ஆதரித்தோம்……

(பெரியார், 29/08/1956, விடுதலை)

அதனால்தான் பெரியார் ஓர் சுதந்திரப் போராளி அல்ல, தோழரே!

* * *

நாம் எந்த விதத்தில் தேசத்துரோகிகள்? ஈ.வெ. ராமசாமி நாயக்கர்!

பெரியார் – நாம் எந்த விதத்தில் தேசத்துரோகிகள்? இந்த தேசத்துக்கு அன்னிய ஆட்சியென்பதை அழைத்து வந்தவர்கள் யார்? அவர்களுக்கு இங்கு என்றும் நிலை பெறும்படியான ஆட்சிக் கட்டடம் கட்டிக் கொடுத்து அவற்றிற்கு தூண்களாய் நின்றவர்கள் யார்? சரித்திரங்களை எடுத்துப் புரட்டிப் பாருங்கள். நாம் பார்ப்பனரல்லாதார் என்கின்ற முறையிலோ, ஆதிதிராவிடர் என்கின்ற முறையிலோ, முஸ்லீம்கள் என்ற முறையிலோ இந்த தேசத்திக்குத் துரோகம் செய்ததாக ஏதாவது ஒரு உதாரணத்தை எடுத்துக்காட்டடும். நாம் உடனே அதற்கு பிராயச்சித்தம் செய்து கொள்ளத் தயாராய் இருக்கிறோம். வெள்ளைக்காரர்களைத் தங்கள் தெய்வம் என்றும், விஷ்ணுவின் அம்சம் என்றும் அவர்களும் தாங்களும் ஒரே ஜாதி என்றும், அவர் முகச்சாயலும் தங்கள் முகச்சாயலும் ஒரே மாதிரி இருக்கிறது என்றும், அவர்களும் தாங்களும் ராசியாய் போய் இந்த நாட்டில் நிரந்தரமாக வாழவேண்டும் என்றும் நேற்று வரையிலும் சொல்லிக்கொண்டிருந்த கூட்டத்தார்கள் யார்? ஏன்? அவர்கள் ஒழித்த மற்றவர்களா என்று யோசித்துப்பாருங்கள். இன்று கூட பார்ப்பனர்கள்

எப்படிப்பட்ட விடுதலை கேட்டாலும் சரி, அதற்கு ஆக என்ன தியாகம் செய்ய தீர்மானித்தாலும் சரி, எங்களுக்கு ஆட்சேபனை இல்லை. ஆனால் அதற்குப்புறம் நடப்பதென்ன? அதில் எங்கள் பங்கு என்ன? என்பதை மாத்திரம் சொல்லிவிட்டு நாங்களும் கையொப்பம் போடுகிறோம். அதற்கு சாக... எத்தனை பேர் சாகிறார்களோ, அதற்கு இரண்டு பங்கு உயிர் கொடுக்கின்றோம். பிறகு யார் தேச பக்தர்கள்? யார் கோழைகள்? யார் தேசத்தை காட்டிக்கொடுத்து கக்கூசில் போய் ஒழிந்து கொள்பவர்கள்? என்று பார்க்கலாம். அதை விட்டு விட்டு உண்மைக்காரணம் என்ன என்பதை மறைத்துவிட்டு எங்களை கோழைகள் என்றும் தேசத்துரோகிகள் என்றும் சொல்லி விடுவதாலேயே எங்களை ஒழித்துவிடுவது என்று நினைத்தால் அது முடியுமா? என்று தான் கேட்கின்றேன்''

(குடி அரசு, 14/06/1936)

வேதா – நாம் எந்த விதத்தில் தேசத்துரோகிகள் என கேள்வி கேட்ட பெரியார் தான் சுதந்திர தினத்தை எதற்காக கருப்பு தினம் என்றார், என விளக்கம் தந்த மனநல மருத்துவர் ஷாலினி, *09/03/2020*, நக்கீரன் செய்திக்கு பேட்டி அளித்துள்ளார். மகளிர் தினத்தை முன்னிட்டு வண்ணாரப்பேட்டையில் நடைபெற்று வரும் போராட்டத்தில் கலந்து கொண்டு மனநல மருத்துவர் ஷாலினி உரையாற்றினார். அதில்' இன்றைக்கு பெண்கள் தினத்தை கொண்டாடி வருகிறோம். ஆனால் இங்கு மேடையில் 'கருப்பு பெண்கள் தினம்' என்று எழுதப்பட்டுள்ளது. இதை பார்க்கும் போது இந்தியா சுதந்திரம் வாங்கியபோது பெரும்பாலானவர்கள் அதனை கொண்டாடிய போது பெரியார் மட்டும் அதனை கருப்பு தினமாக தன்னுடைய தொண்டர்களுக்கு அறிவுறுத்தினார்.

அதனை அவர்கள் கட்சியிக்குள்ளேயே பலரும் ஏற்க மறுத்த நிலையில், அவர் விடாப்படியாக இருந்தார். "ஆங்கிலேயர் ஆட்சியில் சாதி மத பேதமின்றி அனைவரும் ஒன்றாக இருக்கிறோம். இங்கே இருப்புவர்களின் கையில் ஆட்சியை ஒப்படைத்தால் அவர்கள் சாதி ஏற்றத்தாழ்வுகளின் படி மக்களை பிரிப்பார்கள். எனவே இந்த விடுதலையை கருப்பு தினமாக கொண்டாடுங்கள்" என்று பெரியார் கூறினார் என மனநல மருத்துவர் ஷாலினி செய்தி சொன்னாலும்... ஆங்கிலேயர் ஆட்சியில் சாதி மத பேதமின்றி அனைவரும் **ஒன்றாக இருக்கிறோம் என பெரியார் அவர்கள் இந்த வாசகத்தை எந்த மேடையில், எந்த தேதியில், எந்த இதழில்... எந்த சூழ்நிலையில் இதை பதிவு செய்தார்.** ஏன் என்றால்? இதே பெரியார் 1947 ஜூலை 27 ஆம் நாள் விடுதலை நாளேட்டில் **"பிரிட்டிஷ் – பனியா – பார்ப்பன ஒப்பந்த நாள்"** என தலைப்பு செய்தி எதற்கு? கையாளாக இருந்த வெள்ளையருடன் வடநாட்டு பிர்லா, பஜாஜ் கோஷ்டியினர் செய்துள்ள ஒப்பந்த ஆட்சியேயின்றி, சுய ஆட்சி என்று எந்தக் காங்கிரஸ் ஆட்சியில் நிபுணராகிலும் கூற முடியுமா? என பெரியார் கேள்வி எழுப்பினார். ஆங்கிலேயர் ஆட்சியில் சாதி மத பேதமின்றி அனைவரும் ஒன்றாக இருந்தோம் என்றால், பின்பு ஏன் தோழர் எம்.சி.ராஜா அவர்கள் 1918 ஆம் ஆண்டு ஆங்கில அரசாங்கத்திடம் ஆதிதிராவிடர் என்று அங்கீகரிக்க கோரிக்கை வைத்தார்கள், மேலும் 1922 ஆம் ஆண்டு ஆதிதிராவிடர் என்ற பெயர் அதிகாரப்பூர்வமாக ஜாதிய பட்டியலில் இடம் பெறுகிறது. அதனால்தான் என்னவோ, **மனுதர்மத்தை நடைப்படுத்திய ஆங்கிலேயர்கள் ஓர் பார்ப்பனரை பிரதமராக்கினார்கள், ஆனால் மனுதர்மத்தை கடைப்பிடித்த பார்ப்பனர்கள் எல்லாம் ஓர் தலித்தை தலைவராக்கினார்கள்.**

(நேரு Vs அம்பேத்கர்)

பெரியார் கொள்கை பின்பற்றியர்வர்கள் பலபேர் மனநல காப்பகத்தில் பார்க்கலாம், அதனால்தான் என்னவோ,

பெரியார் கொள்கைகளை பரப்புரை செய்ய மனநல மருத்துவர் ஷாலினி அவர்கள் வந்திருக்காங்கோ......

* * *

பெரியார் தேசியவாதியாகி விட்டார்!

பெரியார் – அநேக பார்ப்பனர்களும் எங்களை ஆதரிக்க முன்வந்து விட்டார்கள். இந்தக் காலத்தில் தான் காந்தியார் அரசியலில் விளம்பரமாகினார். இவருக்கு சி.ஆர். மிக்க உதவி, பஞ்சாப் படுகொலை நடந்த சமயம், அதன் பயனாய் நாடெங்கும் ஆத்திரம் பொங்கி எழுந்த காலம். பஞ்சாப் படுகொலையைக் கண்டித்து, எங்கும் கண்டனக்கூட்டம். இந்த வருஷம் *1919* என்பது ஞாபகம், இந்த டிசம்பரில் மோதிலால் நேரு தலைமையில் அமிர்தசரசில் காங்கிரஸ் மகாநாடு ஏற்பாடாகியிருந்தது. இந்த காங்கிரஸ் மகாநாடு பிரபில காங்கிரஸாகி விட்டது. நானும் ஆச்சாரியாரும் இந்துமித்ரன் கூட்டமும் ஏராளமான மக்களும் சென்றிருந்தோம். அங்குச் சென்று நேரில் அந்த படுகொலை சம்பவங்களைப் பார்த்த பிறகு எனக்கு மிகுந்த ஆத்திரம் வந்தது. நான் தீவிர தேசியவாதியாகி விட்டேன்.

(பெரியாரின் தன்வரலாறு, நூல்)

வேதா – பெரியார் அவர்களே, நீங்கள் கூறும் சம்பவம் ஜாலியான்வாலா பாக் படுகொலைகள். ரெஜினால்ட் டையர் தலைமையில் ஆயிரக்கணக்கில் சுட்டுக் கொல்லப்பட்டனர். இந்த நிகழ்வு பஞ்சாப் புத்தாண்டு நாளான பைசாக்ஷி *13/04/1919* இல் நடைப்பெற்றது. ஜாலியான்வாலா பாக் படுகொலை நடந்து ஏழரை மாதம் கழித்து, எப்படி நேரில்

சென்று அந்த படுகொலை சம்பவங்களைப் பெரியார் பார்த்தார்? **மிகுந்த...ஆத்திரம் அடைந்த பெரியார், எப்படி அந்த நாளை மறந்தார்?**

தீவிர தேசியவாதியாகியப் பெரியார் ஏன் சுதந்திர தினத்தை துக்க நாளாக அறிவித்தார்?

ஜாலியான்வாலா பாக் சம்பவத்தன்று இரவே *Sir.*சுந்தர் சிங் **மஜித்தியா** வீட்டில் விருந்துக்கு **ரெஜினால்ட் டயரே** வந்தவர் என அரசாங்க பதிவு இருக்கும்போது எப்படி பெரியாரின் பேரன் மு.க. ஸ்டாலின் அவர்கள் வேளாண் சட்டத்தின் அடி வேர் அறுத்த மத்திய அமைச்சர் திருமதி. **ஹரசிம்ரத் கவுர் பாதலுக்கு** ஆதரவு தந்தது மட்டும் அல்லாமல் ஓர் தேசதுரோகிகளுக்கு துணையாக திராவிட கட்சிகள் நிற்கலாமா? ஏன் என்றால்?

ஹரசிம்ரத் கவுர் பாதளின் கொள்ளுத்தாதா தான் சுந்தர் சிங் மஜித்தியா, அந்த மஜித்தியா தான் *1000* இந்தியர்களை ஜாலியான்வாலா பாகில் கொன்று குவித்த டயருக்கு அன்றே இரவு டைனிங் டேபிளில் விருந்து வைத்தார்.

அப்படிப்பட்ட தேசத்துரோகி விருந்தாளிக்கு விருந்து வைத்தவர்களுக்கே திராவிட கட்சியில் விருந்து வரவேற்பா......பெரியாரே?

* * *

நாயக்கர் மகன் பெரியார்!

பெரியார் – நான் 1879 இல் பிறந்தவன். 1887 வரையில் நான் ஒரு வீட்டுக்கு குழந்தைப் பருவத்திலேயே சுவீகாரமாய் வாய்ப்பேச்சில் கொடுக்கப்பட்டு, அங்கு வளர்ந்து வந்தேன். காரணம் என்னவென்றால், என் தமையனார் பெரியவர்... "தபசு செய்து வரம் இருந்த பெற்ற பிள்ளை" அதைக் காப்பாற்ற, என்னை கொடுத்து விட்டார்கள். என்னை சுவீகாரம் பெற்றவள் என் தகப்பனாருக்கு சிறிய தகப்பனார் மனைவி, சிறிது பூமியும் ஒரு வீடும், கொஞ்சம் பணமும் உடையவள். அன்றியும் அவள் ஒரு விதவை. அந்த அம்பாள் என்னை வெகு செல்லமாய் வளர்த்து வந்தாள். நான் கல்யாணமான பையன், ஒரு குழந்தையும் பிறந்து ஐந்து மாதத்தில் இறந்து விட்டது. கடைவீதியில் 'நாயக்கர் மகன்' என்கிற பெருமையும் சற்று செல்வாக்கும் எனக்குண்டு.

(பெரியாரின் தன்வரலாறு, நூல்)

வேதா – பெரியார் தன் வாழ்க்கை வரலாறு எழுதும் போது பெரியாருக்கு பகுத்தறிவு கிடையாது? ஏன் என்றால்? "தபசு செய்து வரம் இருந்த பெற்ற பிள்ளை" – பிழை அதுவும் பகுத்தறிவுப் பிழையாகும்.

மேலும் ஜாதி ஆணவத்தால், தன்னை "நாயக்கர் மகன்" என்கிற பெருமையும் சற்று செல்வாக்கும் எனக்குமுண்டு கூறிய பெரியார், ஜாதி ஒழிப்பு புரட்சியும் செய்து விட்டார்.

அதனால்தான் என்னவோ?

பகுத்தறிவு பிறக்கும் போது பெரியாருக்கு சமூக நீதியும் தெரியாது!

ஓர் ஜாதியை ஒழிக்க அனைத்து ஜாதியினர் அர்ச்சகர் ஆகலாம், ஆனால் அனைத்து ஜாதியை ஒழிக்க இந்து மதம் ஒழிய வேண்டும் என்றார், அப்போ எல்லாம் மதங்களையும் ஒழிக்க வேண்டும், ஏன் என்றால்? **வேற்றுமை இல்லாத மதங்கள்... உண்டா? பெரியாரே?**

* * *

பெரியாரின் திராவிட மாடல்?

திராவிட மாடல் என்பது ஆரிய ஆங்கிலம் அடிப்படை கொண்டச் சொல் தான் **தமிழக மாடல்** அதாவது **தமிழக உருப்படிவம்**. இந்த தமிழக உருப்படிவத்தை உருப்படியாக உச்சரிக்க முடியாமல் முதல்வர் மு.க.ஸ்டாலின் தமிழக மாடலை முழுங்கி விட்டு திராவிட மாடலை உளமார ஏன் முன்மொழிந்தார் தெரியுமா தோழரே? ஏன் என்றால்?

23/02/2022 அன்று தமிழ்நாடு நகர்ப்புற உள்ளாட்சி தேர்தலில் ஆளும் திமுக கூட்டணிக்கு கிடைத்த மிகப்பெரிய வெற்றியை தங்களது ஒன்பது மாத கால **திராவிட மாடல்** ஆட்சிக்குத் தமிழ்நாட்டு மக்கள் அளித்துள்ள நற்சான்றிதழ் என முதல்வர் மு. க. ஸ்டாலின் குறிப்பிட்டுள்ளார்... அப்படியென்றால் **தமிழ்நாட்டு மக்களால் நற்சான்றிதழ் பெற்ற திராவிட மாடல்** என்றால், அப்போ **திராவிடம்** ஓர் மாடல் தானே தவிர மரபு அல்ல பெரியாரே!

*I belong to the Dravidian Stock, (declared by C.N.Annadurai in Rajya sabha, 1'st May 1962, 1.00 P.M) Anna Said, I belong to the Dravidian Stock, but **Anna always a Dravidian stroke for Periyar Politics instead of Dravidian Stock.***

நெஞ்சுக்கு நீதி......இந்தி திரைப்படம் *Article 15* ன் மறுஆக்கம் எப்படியோ, அப்படித்தான் தமிழ் களஞ்சியத்தின் மறுஆக்கமே திராவிட களஞ்சியம்........ *belongs to the Dravidian Stock. 27/04/2022* ஈரோட்டில் பெரியாரின்

பேரன் ஈ.வி.கே.எஸ் இளங்கோவன் இளையராஜாவை இழிவுப் படுத்தி பேசிய சொல்...**"பணம் வந்துவிட்டால் நீ உயர்சாதி ஆகிவிட முடியாது"** இதைப் பார்த்து மேடையில் முதன்முதலில் **கைத்தட்டியது திராவிட கழகத்** தலைவர் **சமூக நீதி** காவலர் கி.**வீரமணி** அவர்கள் தான், ஏன் என்றால்? பெரியார் திரைப்படத்திற்கு இசையமைக்க மாட்டேன் என்று சொன்னவர்தான் இந்த இளையராஜா, மேலும் மோடியை கண்டு அம்பேத்கர் அவர்கள் பெருமைப்படுவார்...ஆனால் இப்படிப்பட்ட நிலையில் பெரியாரின் பேரன் **மீது பிசிஆர் ஆக்ட் பாயுமா?......பா......யும், ஆனால் பாயாது,** கேட்டால் இது பெரியார் மண்! ஆனால் இதே கி.வீரமணி அவர்கள் தான் 2019, ஆகஸ்டு 16 **பிரதமர் மோடி பெரியார் வழியில் வந்து நிற்கிறார்**– சுதந்திர தின உரைக்கு கி.வீரமணி பாராட்டு, அப்போ, **மேல் ஜாதி பாராட்டுவது தான் பாராட்டோ, கீழ் ஜாதி பாராட்டுவதெல்லாம் ஒர் தீட்டோ?**

இந்த தீட்டு தான் திராவிட மாடலா? பெரியாரே! திராவிட மாடல் ஆட்சி என்பது ஆதி திராவிட மக்களையும் உள்ளடிக்கியதுதான், சந்தேகமே என்றால் ஆதி திராவிடர் வெற்றிமாறன் மனு கொடுக்க முடியாமல் முதல்வர் வீடு முன்பே **தீக்குளித்த மாடல்** உள்ளடக்கியதும் ஒர் திராவிட மாடல்! நிரூபித்த **ஸ்டாலின்......** நெகிழ்ந்த **திருமா!**

தமிழ் புத்தாண்டு புதைத்து சமத்துவ நாளாகக் கொண்டாடுவது தான் திராவிட மாடலா?

ஆதி திராவிடர் காலனிகளின் சாலைகள் பல முறை அடிக்கல் நாட்டு விழா நடத்துவார்கள், ஆனால் ஒரு முறை கூட ஒர் செங்கல் கூட நட்டு வைத்தார்களா? இல்லை என்றால் **உதயநிதி ஸ்டாலின் அவர்கள் எயிம்ஸ் செங்கல் என தேர்தல் பிரச்சாரத்துக்கு பயன்படுத்திக் கொண்டார்களா?** அதனால்தான் இருபது வருடத்தில் மூன்று முறை அடிக்கல், பல் இளிக்கும் சாலைகள்...திருச்சி மாவட்டம் துறையூரை

அடுத்த உப்புலியபுரம் ஊராட்சி ஒன்றியத்திற்கு உட்பட்ட கொப்பம்பட்டி ஊராட்சியில் உள்ள ஆதி திராவிடர் காலனியில் **கலைஞர்** காலனி மற்றும் **எம்ஜிஆர்** காலனி இவற்றில் சுமார் *400* க்கு மேற்பட்ட குடியிருப்புகள் உள்ளன. ஐந்து வீதிகளாக உள்ள இப்பகுதிகளில் வசிக்கும் ஆதி திராவிடர்கள் சென்று வர சரியான சாலை வசதியின்றி அவதிப்படுகின்றனர். மேற்குறிப்பிட்ட செய்தி சமயம் (*The Times of India – 15/05/2022*) வெளியிடப்பட்டது. இப்படி ஆதிக்கம் கொண்ட ஜாதிக்கு அதிநவீன சாலை வசதி, ஆனால் ஆதி திராவிடர்களுக்கு ஆதி காலத்தில் இருந்தே உள்ள சாலையை மாற்றாமல் அதன் தொன்மையை காப்பாற்றி கல்லா கட்டுவதும் ஓர் திராவிட மாடல் தானே! **அதனால்தான் 12,618 கிராம பஞ்சாயத்து சாலைகளிலும் தீண்டாமை தழைத்தோங்கும் திராவிட மாடல்.**

டாஸ்மாக் கடையால் இந்தியாவிலேயே அதிகமாக இளம் விதவைகள் இருக்கக்கூடிய மாநிலமாக தமிழ்நாடு மாறிக்கொண்டு இருக்கிறது என கனிமொழி கர்ஜித்த நாள் தான் *10/04/2016,* ஆனால் இளம் விதவைகள் பற்றி செய்தியாளர் கேள்விக்கு விளக்கம் அளிக்காமல் பின்வாங்கியதும் ஓர் தத்தளித்த நாள் தான் *18 மே 2022.* ஏன் என்றால்?

தந்தை சொல் மிக்க மந்திரம் இல்லை, அந்த கலைஞரின் மந்திரம் தான் **சுற்றி எரியும் நெருப்பு வளையத்திற்குள், கற்ப்பூர தீபமாக தமிழகத்தை எவ்வளவு நாள் பாதுகாக்க முடியும்?** அதனால்தான் அம்மா ஆட்சியில் கூட டாஸ்மாக் *24,000* கோடிக்கு தாலி அறுத்தாலும் கூட *204* கோடி ரூபாய்க்கு தாலிக்கு தங்கம் தந்த தங்கத்தாரகையை கூட தலைவணங்கும் இந்த திராவிட மாடல்! ஏன் என்றால்? என் உயிர் தோழர் நடிகர் மயில்சாமி அவர்கள் காந்தி ஜெயந்தி அன்று பிறந்ததால் தான் என்னவோ... டாஸ்மாக் கடைகளை ஒவ்வொரு சுடுகாட்டுக்கு இரண்டு கடைகளை வைத்தால் ரொம்ப நல்லா இருக்கும், என இந்த திராவிட மாடல் மது பானம் ஆட்சிக்கு ஆலோசனை சொன்னார்.

அண்ணா ஆதரித்த மதுவிலக்கை கலைஞர் கண்டுகொள்ள வில்லை, **எம்ஜிஆர் அண்ணாவை ஏமாற்றியதும் மட்டும் அல்லாமல் தன் தாய் மேல் ஆணை கூறி மக்களையும் ஏமாற்றி மதுவிலக்கு மாற்றாக, மது விளக்கு ஏற்றி வைப்பதும் ஓர் திராவிட மாடல் தானே!**

பெரியார் வழியில் அண்ணா பயணித்தது இல்லை, அண்ணா வழியில் கலைஞர் பயணித்தது இல்லை, கலைஞர் வழியில் எம்ஜிஆர் பயணித்தது இல்லை, எம்ஜிஆர் வழியில் அம்மா பயணித்தது இல்லை...**திக** வின் ஒரு வழிச்சாலை **திமுக, அதிமுக** என இரு வழிச்சாலையை பிரிந்து சென்று எட்டு வழிச்சாலையாக திராவிட கட்சிகள் பயணம் செய்தாலும் விபத்தில் சிக்கியவர்கள் தமிழர்கள் மட்டும் தானே தவிர திராவிடர்கள் ஒரு போதும் அல்ல, ஏன் என்றால்? கீழ்வெண்மணியில் 44 தமிழரை உயிரோடு சுட்டெரித்த குற்றவாளிகளுக்கு ஆயுள் தண்டனை கூட இல்லை... ஏன் என்றால்? இது **திராவிட ஆட்சியின் அவசர சிகிச்சை பிரிவு படி 108 வது திராவிட மாடல் பெரியாரே!**

மூன்று பைகள் வைத்து முப்பது பயனாளிகளுக்கு நாமக்கலில் நாமம் போட்ட அரசு விழா 24 மே 2022 அன்று திமுக நலத்திட்டமும் ஓர் திராவிட மாடல் தானே பெரியாரே!

திராவிட மாடல் தண்ணீரில் உற்பத்தியாகும் மின்சாரம் கூட இலவசமாக தருவார்கள், ஆனால் குடிக்கிற நீர் ஒருபோதும் இலவசமாக தரமாட்டார்கள் பெரியாரே!

இலவசமாக வளைகாப்பு கூட நடத்தி வைப்பார்கள் திராவிட மாடலில் ஆனால் பிரசவத்திற்கு மட்டும் பிச்சை எடுக்க வைப்பார்கள்!

ஆண்ட பரம்பரை சான்றிதழ் கூட இலவசமாக கிடைக்கும் ஆனால் வாரிசு சான்றிதழ் மட்டும் லஞ்சம் கொடுத்து வாங்க வேண்டும்...கேட்டால் இது திராவிட மாடல் அரசு!

சேர சோழ பாண்டியர்களின் வம்சாவளிக்கே கோவிலுக்குள் நுழைய உரிமையில்லை காரணம் இது திராவிட மாடல் வரலாறு பெரியாரே!

11 ஜூன் 2018 இந்த ஆட்சியில் கருத்து சுதந்திரம் நசுக்கப்படுகிறது என மு. க. ஸ்டாலின் எதிர்த்தாலும் ஸ்டாலின் ஆட்சியிலே அதுவும் **கொடுஞ்செயல் எதிர்ப்பு நாள்** *(Anti Terrorism Day 21/05/2022)* அன்று **ஜி ஸ்கொயர்** புகார் **விகடன்** பத்திரிகையின் சுதந்திரத்தை இரவோடு இரவாக நசுக்கியதும் ஒர் நவீன திராவிட மாடல் ஆகும் பெரியாரே!

போக்குவரத்து ஓய்வூதியம் என்னும் வெள்ளி முளைத்து, தொழுச பணி எனும் சனி தொலைந்தால்தான், நிறைந்த ஊதியம் என்னும் ஞாயிறு பிறக்கும்!

தமிழக அரசு போக்குவரத்துக் கழகத்தில் ஆயிரம் கோடி ரூபாய் சம்பளம் நிலுவையில் இருந்தாலும் கூட அதே பட்ஜெட்டில் ஆயிரம் கோடி நிதி ஒதுக்கீடு செய்து அரசு ஆசிரியர்களுக்கு சம்பளம் உயர்த்துவதும் ஒர் திராவிட மாடல் தானே பெரியார்!

இந்து கோவில் விழாவில் ஒர் இசுலாமிய பெண் என சேகர் பாபு பெருமையாக பதிவு செய்தார்... இது தான் திராவிட மாடல், ஆனால் இசுலாமியர்கள் திருவாசகம் பாடலாம், நாதஸ்வரம் ஒதுலாம், பரதநாட்டியம் ஆடலாம் ஆனால் இசுலாமிய தெருவுல ஒரு இந்து பெண் தீச்சட்டி ஏந்தி கூட உள்ளே போக முடியாதுப் பெரியாரே! (சான்று – திரு.பா. **ஃபெரோஸ் அஹமத்** தேவாரம், திருவாசகம் சிவபுராணம் மேலும் ஆண்டாள் பாசுரம் கூட பாடுவார்.

பத்ம ஸ்ரீ கலைமாமணி திரு. ஷேக் மெஹபூப் சுபாணி மற்றும் **பத்ம ஸ்ரீ கலைமாமணி திருமதி. காலிஷாபீ மெஹபூப்** நாதஸ்வர வித்வான் தம்பதிகள் இருவரும் தலைமையில் தான் வைகுண்ட ஏகாதசியின் மார்கழி இசை விழாவுக்கு

குத்து விளக்கேற்றி தமிழக அரசு விழாவை ஸ்ரீரங்கத்தில் 30/12/2022 அன்று சிறப்பாக நடத்தினார்கள். வைணவ சொற்பொழிவாளராகவும், பரத நாட்டிய கலைஞசராகவும் கலைமாமணி திரு. ஜாகீர் ஹுசைன் அவர்கள்)

கோவில் கட்டுவதற்கு கூட மலையை அழித்தது இல்லை தமிழர்கள், ஆனால் திராவிடர்கள் வீடு கட்டுவதற்கு கூட மலையை அழித்து விடுகிறார்கள், கேட்டால் இது திராவிட மாடல் அரசு!

திராவிடத்தின் அஸ்திவாரமே கிறிஸ்தவர்கள் தான் என சபாநாயகர் அப்பாவு அடித்து சொன்னார், அதனால்தான் என்னவோ? மண்டைக்காடு ஹிந்து சமய மாநாட்டுக்கு தடை விதித்து கிறிஸ்துவர்களுக்கு குடைப் பிடித்த கொடை வள்ளல் தான் நம்ம எம்ஜிஆரின் திராவிட மாடல் ஆட்சி!

கலைஞரின் வாரிசு அரசியல் கூட ஒரு விதமான குல கல்வி திட்டம் தான் பெரியாரே!

1950 காந்தி ஜெயந்தி அன்று பெரியாரின் விடுதலை அறிக்கை... ..."எனது உயிர் நீங்குமானால் ஆவி அடங்குமானால்" அப்படியென்றால் பகுத்தறிவு நீங்கினால் திராவிட ஆவி அடங்குமா பெரியாரே?

32 ஆண்டுகள் தடைச் செய்யப்பட்ட பெரியாரின் பொன்மொழிகளை விட *RSS* பேரணி ஆபத்தானதா? அப்படி என்றால் தொல். திருமாவளவன் *RSS* க்கு நற்சான்று ஏன் தர வேண்டும்? கேட்டால் திராவிட மாடல்...அதுவும் அறிவுப்பூர்வமாக விவாதம் நடத்த பாஜக வில் ஆளில்லை. சான்று - *https://youtu.be/kN7DwYF_3gY*

திராவிட ஆட்சியில் தமிழ்நாடு இட ஒதுக்கீடுகள் *69%*, காங்கிரஸ் ஆட்சியில் நடைபெற்றது. வடகிழக்கு மாநலங்களில் *80-85%*...அப்படியே அண்ணார்ந்து பார்த்தால்

100% சதவீதம் இலட்சத்தீவு இட ஒதுக்கீடு, ஆனால் 10% மட்டும் பாஜக பொருளாதாரத்தில் நலிந்த பிரிவினர்களுக்கு அரசியல் சாசன திருத்தம் செய்தால் அது மோசடியான செயல் என்பது முன்னாள் நீதிபதி சந்துரு அவர்களின் கருத்தெல்லாம் ஓர் குற்றக் கூண்டில் திராவிட மாடலை ஏற்றி மன்றாடி வைப்பது தான் நீதிபதி சந்துருவின் சிறப்பு.

ஷா கமிஷன் அறிக்கையில் மிசா கைதிகள் பட்டியலில் விடுபட்ட முதல்வர் மு.க.ஸ்டாலின் பெயர் இஸ்மாயில் கமிஷனில் சேர்த்தது எப்படி? ஏன் என்றால்? தகவல் அறியும் உரிமைச் சட்டம் 2005 கீழ், 1975 – 1977 ஆகிய காலக்கட்டங்களில் மிசா சட்டம் மூலமாக கைது செய்யப்பட்டு சிறையில் அடைக்கப்பட்டவர்களின் விவரங்கள் 45 ஆண்டுகள் கடந்துள்ள நிலையில் தற்போது கினடக்கப் பெறவில்லை என தெரிவிக்கப்படுகிறது. (சான்று – சிறைகள் மற்றும் சீர்திருத்தப்பணிகள் துறை, எழும்பூர், சென்னை கடித எண் – 92/RTI/2022, நாள்: 12/07/2022, இணைப்பில் திரு.யுவராஜ், என்பவரின் மனு நாள்: 25/06/2022 Ref No – 14927/RTI/தகு.2/2022) இதனால்தான் முதல்வர் மு.க. ஸ்டாலின் பெயர் இல்லாத ஓரே காரணததிற்காக Defence of India Act படி வழங்கும் மிசா ஓய்வூதியம் திட்டம் தமிழகத்தில் தடை செய்யப்பட்டது... கேட்டால் இது திராவிட மாடல் ஆட்சி!

குறவர் முதல்வர் வீட்டுக்கு போக கூடாது, பறையர் முதல்வர் வீட்டு முன்பு தீ குளிக்க கூடாது, ஏன் என்றால்? இது **திராவிட மாதம்** *கொண்டாட்டம் பெரியாரே! (சான்றுகள் – வனவேங்கைகள் கட்சி தலைவர் திரு.இரணியன் குறவர் அவர்கள் அமைச்சர் KKSSR சந்திப்பு...அப்போ அமைச்சர் கேட்ட கேள்வி "முதலமைச்சர் இஷ்டத்துக்கு பார்க்க இது என்ன உங்கப்பன் வீடா" நாள் 23/09/2022 இதே திராவிட மாதத்தில் மனு கொடுக்க முடியாமல் தமிழ்நாடு பறையர் பேரவை தலைவர் அமரர் வெற்றிமாறன் முதல்வர்*

முக ஸ்டாலின் வீடு முன்பு தீ குளித்து மரணம், நாள் 27/09/2021) ஆனால் மூன்றாம் வகுப்பு மாணவி எழுதிய கடிதத்தை கூட முதல்வர் மு.க. ஸ்டாலின் பதில் கூறுவார்! (சான்று – மாணவி ஆராதனா தென்காசி வினைதீர்த்தநாடார்பட்டி ஊராட்சி ஒன்றிய துவக்கப்பள்ளி 8/12/2022) அரசு விழாவில் நெகிழ்ந்த முதல்வர், ஆனால் வெற்றி மாறன் பறையர் மனு கொடுக்க முடியாமல் தீ குளித்ததை மறைக்கத்தான் இந்த திராவிட மாடல் கடிதாசி தென்காசியில் வெளியிட்டார்கள். காரணம் தென்காசி மக்களவைத் தொகுதி ஓர் தனித்தொகுதி (SC) பெரியாரே?

கிடுகு திரைப்படம் தமிழர்களின் கூரை வேய்வதற்கும், திராவிடர்களின் வேலிகளை அடைப்பதற்கும் பயன்படுத்தி யதுனால் தான் கிடுகு தடை செய்யப்பட்ட காரணமே சங்கிகளின் கூட்டம் கிடுகு...... வீரமுருகனின் விவேக வசனம் தான் தோழரே......இவன் ஜாதியை ஒழிக்கிறேன் சொல்லி என் பொண்ணுக்கு தாலி கட்டுவான், அப்புறம் இவன் மூடநம்பிக்கை ஒழிக்கிறேன் சொல்லி நடுரோட்டில் வச்சு தாலியை அறுப்பான்...... கேட்டால் இது திராவிட மாடல்!

காந்தியாரை படுகொலைச் செய்த RSS சை வீழ்த்துவோம் என்றார் தொல்.திருமா...அப்போ ராஜீவ் காந்தியை படுகொலை செய்த தமிழர்களையும் வீழ்த்துவேங்கள ? இராஜபக்சே விடம் கை கோர்த்த திருமா...சான்றுகள் ஈழப்போர் முடிந்த மூன்றாம் பருவக்காலத்தில் போர் குற்றவாளி இராஜபக்சே விடம் போர் வெற்றி விருந்து உண்ட 14 அக்டோபர் 2009 இல் தமிழகத்தில் இருந்து திமுக, காங்கிரஸ், விடுதலை சிறுத்தைகள் கட்சி உட்பட 10 MP க்களும் ஈழத் தமிழர்கள் அனைவரும் பாதுகாப்பாக இருக்கிறார்கள் என்று சிங்களர்களுக்கு நலச்சான்று வழங்கிய திமுக MP க்களின் திராவிட மாடல் கூட சிங்களர்களிடம் மண்டியிட்டது. அதுவும்

தமிழர்களின் வாழ்வாதாரம் கொண்ட 13A வது திருத்த சட்டத்தை எதிர்த்து பௌத்த மதம் என்றும் போர்க்கொடி தூக்குவார்கள், எப்படி ரோஹிங்கியா முஸ்லிம்கள் பர்மிய புத்த பிக்குகளால் கொல்லப் படுகிறார்களோ அப்படியே ஈழத் தமிழர்கள் இலங்கை புத்த பிக்குகளால் கொல்லப் படுகின்றார்கள். 1948 முதல் பௌத்த மதம் தழுவிய நாடுகள் எல்லாம் ரோஹிங்கியா முஸ்லிம் குடியுரிமையை ரத்து செய்தது, ஆனால் 1956 அக்டோபர் 14 இல் தான் புத்த மதத்துக்கு அம்பேத்கர் அவர்கள் மாறினார், காரணம் 54500 புத்தகங்களை கூட தன்னுடைய வாழ்நாளில் படித்தாரே தவிர ஒரு புத்தகம் கூட ரோஹிங்கியா முஸ்லிம்கள் பற்றி அம்பேத்கர் அவர்கள் படிக்கவில்லை, ஆனால் இன்றோ

அம்பேத்கர் அவர்கள் உயிரோடு இருந்திருந்தால் இந்தியாவில் பௌத்த மதம் தடைச் செய்ய ஓர் சட்டத்தை இயற்றியிருப்பார்.

குறவர் வேல்முருகன் ஜாதி சான்றிதழ் பெற முடியாமல் சென்னை உயர் நீதிமன்றத்தில் தீ குளித்தார்... பறையர் வெற்றிமாறன் மனு கொடுக்க முடியாமல் தமிழக முதல்வர் முக ஸ்டாலின் வீடு முன்பு தீ குளித்தார்...இனி தீ குளிக்க வேண்டியது...திராவிட மாடல்! (சான்றுகள்- மகனுக்கு சாதி சான்றிதழ் பெறமுடியாததால் விரக்தி – நீதிமன்ற வளாகத்தில் தீக்குளித்தவர் மரணம் 13 Oct, 2022 04.24 AM இந்து தமிழ் திசை நாளிதழ்)

ஒரே கட்டிடத்திற்குள்ள மூன்றுப் பள்ளிகளின் அஸ்திவாரம் தான் கும்பகோணம் தீ விபத்தில் அஸ்தியானது. இது தான் திராவிட மாடல் பள்ளிகளின் அவதாரம்! மேலும் கமல் ரஜினி நடிகர்கள் அறிவித்த நிவாரண நிதி 14 ஆண்டுகள் கடந்தும் கூட கும்பகோணம் தீ விபத்தில் பாதிக்கப்பட்டோரை இன்னும் சென்றடையவில்லை. ஏன் என்றால்? இவங்க திராவிட மாடல் ஹீரோக்கள் பெரியாரே, (சான்று – விகடன், கமலும்

ரஜினியும் அறிவித்த நிதி எங்கே? கும்பகோணம் பெற்றோர் வேதனை 21/03/2018)

திமுக கவுன்சிலர் இராணுவ வீரரை கொலை செய்வார்கள், திமுக மேயர் மூன்று பத்திரிகையாளர்களை எரிப்பார்கள், மேலும் திமுக நிர்வாகிகள் பெண் காவலர்களுக்கு பாலியல் தொல்லை கொடுப்பார்கள், கேட்டால்... பெண் ஏன் அடிமையானாள்? என பெரியார் வசனத்துக்கே விளக்கு பிடிச்சு, மறப்போம் மன்னிப்போம் என பெண் காவலர்களுக்கு கலைஞர் வசனத்தில் அறிவுரை சொல்வதும் ஓர் திராவிட மாடல் வசனம் தானே பெரியாரே!

தமிழகத்தில் உள்ள 72 லட்சம் டாஸ்மாக் குடிகாரர்கள் எப்படி பணியிடத்தில் தன் குடியை கெடுத்தார்களோ, அவ்விடத்தில் குடியமர்த்தப் பட்டவர்கள் தான் வடமாநிலத்தவர்கள்- கேட்டால் **வடக்கு வாழ்கிறது தெற்கு தேய்கிறது** – ஏன் என்றால் இங்கே திராவிடப் மாடல் மட்டும் வாழ்கிறது, தமிழகம் தேய்கிறதுப் பெரியாரே!

டாஸ்மாக் குடிகாரர் மாதம் சராசரி ஜிஎஸ்டி வரியைப் போல் 6000 ரூபாய்க்கு குடிக்கிறான், அதற்கு ஜிஎஸ்டி நிலுவைத் தொகையில் இருந்து அவங்க பெற்றோர்களுக்கு தமிழக அரசு முதியோர் பென்ஷன் 1000 ரூபாயும், விதவை உதவித் தொகை 1000 ரூபாயும் மேலும் மூவலூர் ராமாமிர்தம் அம்மையார் உயர்கல்வி பயிலும் மாணவிகளுக்கு மாதம் 1000 ரூபாயும் தருகிறார்கள், பற்றாக்குறைக்கு மகளிர் இலவச பேருந்து பயணம்...அப்படியென்றால் டாஸ்மாக் பங்குச்சந்தையில் பயன்பெறும் பங்குதாரர்கள் தான் தமிழக வாக்காளர்கள் – கேட்டால் இது திராவிட மாடல் ஷேர் மார்கேட்டாப் பெரியாரே!

பெரியாரின்   பேரனுக்கு   ஓட்டு   போடுங்க... **ஜக்கம்மா சொல்றா, ஜக்கம்மா சொல்றா...என** திமுக

பள்ளிக் கல்வித்துறை அமைச்சர் முன்னிலையில் **குடுகுடுப்பைக்காரனை** வைத்து *2023* ஈரோடு இடைத்தேர்தலில் பகுத்தறிவு பேரன்கள் பெரியாரின் பேரனுக்காக பெரியார் மண்ணிலே ஓட்டு கேட்பதும் ஓர் திராவிட மாடல் தானே பெரியாரே! (சான்று – **உடனே விழி தமிழா** *YouTube 9/2/2023 https://youtu.be/T2dqA7t2gxk*)

மதுரை உயர் நீதிமன்றத்தில் காவேரி நீர்வள ஆதார பாதுகாப்பு சங்கத்தின் அறிக்கை – (சான்று – W.P.(MD) No 4699/2012, Madurai High Court Judgement, Dated 03/08/2012) காவேரி ஆற்றுப் படுகையில் மணல் அள்ளும் போக்கில், ஆறு முழுக்கவே குளம் போன்ற பல பள்ளங்கள் ஏற்படுத்தப்பட்டு உள்ளது.

அப்படி திராவிட திருட்டு மணல் பள்ளத்தால் தான் கரூர் மாவட்டம் மாயனூரில் உள்ள காவேரி ஆற்றில் மூழ்கி நான்கு புதுக்கோட்டை மாணவிகள் உயிரிழந்தார்கள். (சான்று – *காவேரி ஆற்றில் மூழ்கி மாணவிகள் நான்கு பேர் உயிரிழந்த சோகம் – 15/02/2023 தலைப்பு செய்தி)*

இப்படி திராவிட பள்ளத்தில் மூழ்கும் தமிழர்களை காப்பாற்ற ஹைட்ரோ கார்பன் ஒப்பந்தமும், காவேரி டெல்டா பாதுகாப்புச் சட்டமும் ஓர் **திராவிட மாடல் தானே பெரியாரே!**

* * *

இந்தியர்கள் ஹிந்துக்கள் அல்ல?

பெரியார் – திராவிடர்கள் ஹிந்துக்கள் அல்ல என்பது எமது கருத்தாகும், இந்தக் கருத்தை ஆதாரமாக வைத்தே திருவாரூரில் கூடிய ஜஸ்டிஸ் கட்சி மாகாண மகாநாட்டில் "திராவிடர் ஆகிய நாம் இந்துக்கள் அல்ல" என்றும், மக்கள் எண்ணிக்கையைக் கணக்கு எடுக்கும் செ‌ன்சஸ் ரிப்போர்ட்டில் நாம் ஒவ்வொருவரும் திராவிடர் என்று பெயர் கொடுக்க வேண்டுமே ஒழிய ஹிந்துக்கள் என்று பெயர் கொடுக்கக்கூடாது என்றும் தீர்மானம் செய்திருக்கிறோம். ஆனால் இத்தீர்மானத்தை அனேக ஜஸ்டிஸ் கட்சி அங்கத்தினர்கள் லட்சியம் செய்ததாகவே தெரியவில்லை. அரசியல் பதவிகளில் இருக்கிற லட்சியத்தில் பதினாறில் ஒரு பாகத்தைக் கூட நம்மவர்களில் அனேகர் சமுதாயத்தில் தங்களுக்கு இருக்க வேண்டிய பதவிகளைப் பற்றியோ தங்களது இழிநிலையைப் பற்றியோ கவலைப்படுவதில்லை.

இந்தக் காரணமே திராவிடர்களின் இழிநிலைக்கு முதன்மையானதாக இருந்து வருகிறது. எவ்வளவோ பெரும் படிப்பும், ஆராய்ச்சி அறிவும், மேல்நாட்டு நாகரிகமும் தாராளமாய்க் கொண்ட மக்கள் கூடத் தாங்கள் அனுபவித்து வரும் சமுதாய இழிவு விஷயத்தில் போதிய கவலைப்படாமலே இருந்து வருகிறார்கள். இவர்கள் சிறிது கவலை எடுத்துக் கொண்டிருந்தாலும் மாபெரும் மாறுதல் ஏற்பட்டிருக்கும் என்பதோடு திராவிட நாட்டில்

சிறப்பாகத் தமிழ்நாட்டில் இருந்து "ஹிந்து மதம்" பறந்து ஓடி இருக்கும். ஹிந்து மதம் என்று இல்லவே இல்லை என்பது, கடுகளவு அறிவு உள்ளவர்களும் உணரக்கூடிய காரியமேயாகும். ஹிந்து மதம் என்பது திராவிடர்களை இழிவுபடுத்தி, கீழ்மைப்படுத்தி அவர்கள் முன்னேறுவதற்கு இல்லாமல் ஒடுக்கி வைத்திருக்கிறதற்கே ஏற்படுத்தப்பட்டது என்பதல்லாமல் அதற்காகவே ஹிந்து மதம் என்பதாக ஒரு போலி வார்த்தை எச்சரிக்கப்படுகிறது என்பதல்லாமல், மற்றப்படி வேறு கொள்கையுடனோ குறிப்புகளுடனோ ஹிந்து மதம் இருக்க வில்லை. உண்மையில் ஹிந்து மதம் என்பதாக ஒன்று இல்லை என்பதற்கு ஆரியர்கள் சொல்லும் சொற்களே போதிய சான்றாகும். *1940 ஆம் ஆண்டு டிசம்பர் மாதம் 8 ஆம் தேதியில் சென்னை திருவல்லிக்கேணி மணி அய்யர் மண்டபத்தில் நடந்த "தமிழ்நாடு ஆரியர் மகாநாடு" என்பதில் தலைமை விகித்த திவான் பகதூர் வி.பாஷியம் அய்யங்கார் அவர்கள் தமது தலைமைப் பிரசங்கத்தில் குறிப்பிட்டிருப்பதாவது:-* "நாம் அனைவரும் ஆரிய மதத்தைச் சேர்ந்தவர்களாவோம்,

ஹிந்து மதம் என்பதாக ஒரு மதம் கிடையாது. ஹிந்து என்கிற பெயர் நமக்கு அந்நியர் கொடுத்ததேயாகும். நாம் ஆரியர்கள், ஆரியப் பழக்க வழக்கத்தை அனுசரிக்கிறவர்கள் ஆரியர்களேயாவார்கள்". "கண்டவர்களையெல்லாம் ஆரியமதத்தில் சேர்த்துக் கொண்டதானது ஆரிய மதத்தின் பலவீனமேயாகும்" என்பதாகப் பேசி இருக்கிறார். இந்தப் பேச்சு *10/12/1940* ல் இந்து, மெயில், சுதேசமித்திரன், தினமணி, விடுதலை ஆகிய பத்திரிகைகளில் வெளிவந்து இருப்பதோடு விடுதலையில் இதைப்பற்றி அதே தேதியில் தலையங்கமும் எழுதப்பட்டிருக்கிறது. மற்றும் திவான் பகதூர் பாஷியம் அய்யங்கார் அவர்கள் அதே பேச்சில் **"இந்து மதத்திற்கு ஆதாரம் வேதங்களேயாகும்"** **வேதத்தை ஒப்புக்கொள்ளாதவர் இந்துவல்ல"** என்றும்

பேசி இருக்கிறார். எனவே இந்து மதம் என்பதோ அல்லது ஆரிய மதம் என்பதோ ஆரியர்களுடைய ஆரியர்களின் நன்மைக்கேற்ற கொள்கைகளைக் கொண்ட மதம் என்பதும், அது வேதமதம் என்பதும் இப்போதாவது திராவிடர்களுக்கு விளங்குகிறதா என்று கேட்கிறேன்.

(தமிழர்கள் இந்துக்களா? நூல், 30/10/1943, குடி அரசு)

வேதா – பிரிட்டிஷ் இந்தியாவில் அதுவும் குறிப்பாக அன்றைய சென்னை மாகாணத்தில் மக்கள் தொகை கணக்கெடுப்பை தனது அரசியல் போராட்டமாக பயன்படுத்திக் கொண்டவர் என்றால் அது அயோத்திதாசராகத்தான் இருக்க முடியும். அதுவும் 1861 ல் இருந்து 1881 வரை கிருத்துவர்களும் இஸ்லாமியர் அல்லாதவர்களும் இந்துக்கள் என்று ஒரு கணக்கெடுப்பு எடுக்கப்பட்ட பொழுது "தாங்கள் இந்துக்கள் இல்லை" என்று சொல்லும் விதமாக 1881 ம் ஆண்டு மக்கள் தொகை கணக்கெடுப்பின் பொழுது "சாதியற்ற தமிழர்கள்" என்று பதிவிடச் சொல்லி அரசாங்கத்திடம் மனு கொடுத்தார்கள். ஆனால் அவரே 1910 ம் ஆண்டு "சாதிபேதமற்ற திராவிடர்களென்று பதிவிடக் கோரினார். ஆனால் பெரியார் கிரகம் பின்னோக்கி சஞ்சாரம் செய்வதுபோல் முதலில் திராவிடர்கள் முடிவில் தமிழர்கள் என போராட்டம் நடத்துவார். இந்துக்களுக்கு மத்தியில் இந்துவல்லாமல் வாழ்பவர்கள் இத்தேசப் பறையர்கள் தன்னை பௌத்தமதமும்...மேலும் பார்ப்பனர்கள் தன்னை ஆரியமதமும் கூறிய நிலைதான் அன்றைய ஹிந்துக்களின் நிலை! காரணம் ஹிந்து என்ற சொல் போர்ச்சுகீஸ் கிறிஸ்தவ மதப்போதகர் *Fray Sebastien Manrique* எழுதிய நூல் *"Travels of Fray Sebastien Manrique –1629 – 1643"* Hindu பற்றி குறிப்பு இருக்குதே தவிர, இந்து என்றால் என்ன? எந்த விளக்கமும் இல்லாதனால் தான், இந்து ஓர் போலியான மதம்...இந்து

என்ற வார்த்தையை வெள்ளைக்காரன் போட்ட பிச்சை... என பகுத்தறிவுவாதிகள் பப்லிசிட்டி பண்ணுவார்கள். இந்து என்கிற பெயர் வேதத்தில் கூட இல்லை, அப்புறம் நாம என்ன இந்து மதமா?

அதேபோலத்தான், தமிழ் என்ற சொல் தமிழ் வேதம் திருக்குறளில் கூட இல்லை, அப்போ திருக்குறளை வைத்து தமிழ் தோன்றியதாப் பெரியாரே?

அந்த ஹிந்து ஆய்வுரை ஆய்வு செய்தால், போர்ச்சுகீஸ் மொழியில்தான் *"HINDU"* என்ற சொல்லைபயன்படுத்தியவர் தான் போர்ச்சுகீஸ் கிறிஸ்தவ மத போதகரான *Fray Sebastien Manrique* அதனால்தான், போர்ச்சுகீஸ் சொல் *Hindu* அதில் *"H" is Silent in Portuguese, if it's at the beginning of a word & in Portuguese the Letter "H" never Comes at the end of the Word...*

{Source:- https://youtu.be/mrS3E6SVcrA The Pronunciation of the letter in Portuguese. 20/01/2014 Youtube}

எப்படி ராமர்-- இராமர், லோகம்-- உலோகம், ரம்பா—அரம்பை அ, இ, உ போர்ச்சுகீஸ் உள்ள 'H' என்ற எழுத்து வரையறையை போல் தான் தமிழில் உள்ள அ, இ, உ என்ற எழுத்து முதலில் வருமே ஒழிய முடிவில் வராது,

*H is Silent, Hindu is Indu...*ஹிந்து இப்போ இந்து என்ற அர்த்தம், அப்போ ரிக் வேதத்தில் உள்ள இந்திர ஸூக்தம் ஸ்லோகத்தை **ரிஷி கிருத்ஸ்மத இயற்றினார் அதனால்தான் கிறிஸ்தவ மத போதகர் தன்னுடைய ஆய்வுகளில் ஒன்றேயொன்று இந்துக்களின் ஒற்றுமை பார்த்தார்,

சனாதன தர்மம், சைவமும், வைஷ்ணவமும் மாலியம் சக்திஷம் சாக்தம், கௌமாரம், காணாபாத்தியம், சௌரம் தனித்தனியாக இருந்தாலும் எல்லோரும் சேர்ந்து மழையை வேண்டி இந்திரன் ஒருவரின் பெயரில் தான் இந்திர

ஸௌக்த யாகம் நடைப்பெற்றது, அப்படிப்பட்ட இந்திரனை வழிப்பட்டவர்கள் இந்துக்கள் ஆனார்கள் அதனால்தான் *Indu* என்ற போர்ச்சுகீஸ் மொழியில் *Hindu* ஆனது.

இந்து ஸௌக்தம் என்ற ஸ்லோகம் யஜூர் வேதத்தில் உள்ளது, இந்து என்றால் நிலாவை குறிக்கும்......நிலவை அடிப்படை கொண்ட "இந்து நாட்காட்டி" தான் அனைத்து இந்துக்களும் பயன்படுத்தினார்கள்.

அப்படியென்றால், இந்து மதமாகாட்டும், திராவிட மதமாகட்டும் இரண்டுக்குமே அடிப்படை ஆதாரம் வேதமேயாகும் பெரியாரே. திராவிடர்கள் ஹிந்துக்கள் அல்லவே அல்ல, ஆனால் இந்திய தமிழர்கள் அனைவரும் ஹிந்துக்கள் தான் பெரியாரே!

* * *

முத்தலாக் – பெரியாரின் மௌனம்?

பெரியார் – பொதுவாக கவனித்தால், நமது நாடு மாத்திரமல்லாமல், உலகத்திலேயே அநேகமாய் கல்யாண விஷயத்தில் பெண்கள் மிகத் கொடுமையையும், இயற்கைக்கு விரோதமான நிர்ப்பந்தமாயும் நடத்தப்படுகிறார்கள் என்பதையும் நடுநிலைமையுள்ள எவரும் மறுக்க முடியாது. ஆனால், நமது நாடோ இவ்விஷயத்தில் மற்ற எல்லா நாட்டையும்விட மிக மோசமாகவே இருந்து வருகிறது. நமது 'சீர்திருத்தவாதிகள்' பலர், ஒரு மனிதன் இரண்டு பெண்டாட்டிகளைக் கட்டிக் கொள்வதைப்பற்றி மாத்திரம் குடிமுழுகிப் போய்விட்டதாகக் கூச்சல் போடுகின்றார்கள் என்பது நமக்கு விளங்கவில்லை. மதத்தை உத்தேசித்தோ? அல்லது பகுத்தறிவை உத்தேசித்தா? என்பது நமக்குச் சிறிதும் விளங்கவில்லை. அல்லது மனித ஒழுக்கத்தை உத்தேசித்து இப்படிப் பேசுகின்றார்களா என்பதும் விளங்கவில்லை. இதைப்பற்றி மற்றொரு சமயம் விவரிப்போம்.

(கல்யாண விடுதலை, பெண் ஏன் அடிமையானாள் – நூல்)

வேதா – பெரியார் பொறுத்தவரையில் சீர்திருத்தவாதிகள் பலர் பல பெண்டாட்டிகளைக் கட்டி கொள்வதைப்பற்றி மாத்திரம் குடிமுழுகிப் போய் விட்டதாகக் கூச்சல் போடுகிறார்கள் என்பது நமக்கு விளங்கவில்லை, மதத்தை

உத்தேசித்தோ? முஸ்லீம் மதத்தை உத்தேசித்துத்தான் பெரியாரின் கூச்சல்... கனிமொழி போட்டக்கூச்சலோ..." ஒரு மதத்தை மட்டும் குறிவைத்து முத்தலாக் மசோதா வருவது ஏன்? *25/07/2019.*

முத்தலாக் சட்ட மசோதாவை நிறைவேற்றும் அதேசமயத்தில், ஷரியத் சட்டத்திற்கு உள்ளும், ஒரு மதத்தின் சம்பிரதாயங்களுக்குள்ளும் மோடி அரசு மூக்கை நுழைக்கலாமா?

(மு.க.ஸ்டாலின் – 29/12/2017, இந்து தமிழ்)

மு.க.ஸ்டாலின் மூக்கை நுழைக்கும் நான்கு மாதங்களுக்கு முன்பே நீதிமன்றம் தீர்ப்போ பார்த்து முஸ்லிம்களுக்கு மூச்சுத்திணறல் ஏற்பட்டது...*22/08/2017* "*முத்தலாக் பற்றி எந்த விபரமும் குர்-ஆனில் இல்லை என உச்சநீதிமன்றம் தீர்ப்பு*".

ஆனால் *705* ஆண்டுகளுக்கு முன்பே *1318* ஆம் ஆண்டில் சீரியா நாட்டில் உள்ள முஸ்லீம் சீர்திருத்தவாதி **ஷேக் உல் இஸ்லாம் "இப்னு-தைமியாஹா"** அவர்கள் முத்தலாக் சட்டத்தை எதிர்த்து பெண்கள் பாதுகாப்புக்கு முதல் முதலில் குரல் எழுப்பியவரும் இவர் தான், மேலும் *1298* ஆம் ஆண்டில் ஒரு சீர்திருத்த இஸ்லாம் புத்தகத்தை **"அல் அக்கிதத் அல் ஹாமாவியத் அல் குப்ரா"** என்ற தலைப்பிலும் மேலும் **"அல் ஆக்கிடஹ அல் வாசித்தியஹ"** சீர்திருத்த புத்தகத்தால் மட்டும் அல்ல குறிப்பாக முத்தலாக் எதிர்த்து *26/08/1320* ஆம் ஆண்டு **ஷேக் உல் இஸ்லாம் "இப்னு-தைமியாஹா"** அவர்களை சிறையில் அடைத்து *09/02/1321* அன்று நியாயம் புரிந்துக்கொண்ட மன்னர் **அல் நஷீர்** அவரை விடுதலை செய்தார்.

மோடி ஆட்சி வந்த பின்பு தான் முத்தலாக் சட்டம் வந்தது என்றால், 98 ஆண்டுகளுக்கு முன்பே துருக்கியில் மோடி ஜி ஆண்டாரா? அல்லது முத்தலாக் சட்டத்தை தடை விதித்த 22 முஸ்லீம் நாடுகளிலும் பாஜக ஆட்சி நடந்ததா பெரியாரே?

* * *

ஹிஜாப் பற்றி பெரியார்!

பெரியார்:- சில சமூகங்களில் பர்தா என்றும், கோஷா என்றும், திரை என்றும் அதாவது பெண்கள் அறைக்குள் இருக்க வேண்டியர்வர்கள் என்றும், முகத்தைக் மூடிக்கொண்டு வெளியில் போக வேண்டியவர்கள் என்றும் ஏற்படுத்தப்பட்ட கொள்கைகளும், புருஷன் பல பெண்களை மணக்கலாம், பெண்கள் ஏககாலத்தில் ஒரு புருஷனுக்கு மேல் கட்டிக்கொண்டு வாழக்கூடாது என்ற கொள்கையும் நம் நாட்டில் ஒரு தடவை புருஷன் பெண்சாதி என்கின்ற சொந்தம் ஏற்பட்டுவிட்டால், பிறகு அந்த பெண்ணுக்கு சாகும்வரைக்கும் வேறு எந்த வித சுதந்திரமும் இல்லையென்றும், புருஷன் அப்பெண்ணின் முன்பாகவே பல பெண்களைக் கட்டிக்கொண்டு கூடி வாழலாம் என்றும், புருஷன் தன் மனைவியை தன்னுடைய வீட்டில் வைத்துக்கொண்டு அவளுடன் ஒன்றித்து வாழாமலிருந்தும் கூட மனைவி புருஷனை சாப்பாட்டிற்கு மாத்திரம் கேட்கலாமேயொழிய, இன்பத்திற்கோ, இச்சையைத் தீர்ப்பதற்கோ அவனைக் கட்டுப்படுத்த உரிமை இல்லை என்று கட்டுபாடுகள அத்தியாயம வருகின்றன. கற்புக்காக புருஷனின் மிருகச்செயலைப் பொறுத்துக் கொண்டிருக்க வேண்டும் என்கின்ற கொடுமையான மதங்கள், சட்டங்கள் மாயவேண்டும்.

(பெண் ஏன் அடிமையானாள்? நூல், கற்பு அத்தியாயம்)

பர்தா ஏன் ஒழிக்கப்பட வேண்டும்? *(குடி அரசு, 14/10/1928)*
பர்தாவின் அநீதி *(குடி அரசு, எம்.எப்.ஹூசைன், 4/11/1929)*

வேதா – பெரியார் கூற்றுப்படி, "பெண்கள் எந்த உடை அணிய வேண்டும், என அவர்கள் முடிவு செய்யட்டும், அவர்களின் அலமாரியில் உங்களுக்கென்ன வேலை? அப்போ **அலமாரியில் அல்லாஹ் அவர்களுக்கும் என்ன வேலை, என பெரியார் கேள்விக் கேட்டாரா...?** ஏன் என்றால்? "பெண்கள் ஹிஜாப் அணிய வேண்டும் என்பது வல்ல அல்லாஹ் அவர்களின் ஒரு கட்டளையாகும்"

(அல் குர் ஆன் 24:31)

ஆனால் அல்லாஹ் அவர்களின் கட்டளையை எதிர்த்து, முகமுது பின் நபிகளின் மருமகளான **"ஆயிஷா பிந்த் தலாஹ்"** ஹிஜாபை அணிய மறுக்கிறாள். முகமுது பின் நபிகளின் மனைவி ஆயிஷாவின் சகோதரரின் மகள் தான் இந்த ஆயிஷா பிந்த் தலாஹ். **குஃபெவின்** ஆளுநராக இருக்கும் நபரைத்தான் **"ஆயிஷா பிந்த் தலாஹ்"** திருமணம் செய்து கொள்கிறார். திருமணத்திற்கு பிறகு கணவர் ஹிஜாபை அணிய கட்டளையிடுகிறார்!

ஆயிஷா பிந்த் தலாஹ் – ஹிஜாப்......நான் அணிவதா?

கணவர் - பெண்கள் ஹிஜாப் அணிய வேண்டும் என்பது வல்ல அல்லாஹ் அவர்களின் கட்டளையாகும்.!

ஆயிஷா பிந்த் தலாஹ் - அல்லாஹ் அவர்கள் என்னை அழகாகப் படைத்திருக்கிறார், மக்கள் என்னை காணும் போதுல்லாம்......"எல்லாப் புகழும் அந்த இறைவனுக்கே"......... என்னுடைய அழகில் அல்லாஹ்வின் புகழை பறைசாற்ற வேண்டும்.

(Source:- History of the Arabs by Philip K. Hitti.)

அப்படி ஹிஜாபை எதிர்த்து அல்லாஹூ அக்பர் கோஷமிட்டவர் தான் அந்த "ஆயிஷா பிந்த் தலாஹ்" ஆனால் ஹிஜாபை ஆதரித்து அல்லாஹூ அக்பர் கோஷமிட்டவர் தான் முஸ்கான் கான். இந்தியா மதச்சார்பற்ற நாடு! மதச்சார்பற்று என்றால் மதத்தை சார்ந்த எந்த பற்றும் வெளிப்படுத்தக் கூடாது, அப்போ மதத்தை சார்ந்த ஹிஜாபின் பற்று வெளிப்படுத்தலாமா? அதனால்தான் மாநிலத்தில் உள்ள கல்வி நிறுவனங்களில் ஹிஜாப் மீதான தடையை உறுதி செய்யும் கர்நாடக உயர் நீதிமன்றம் 15/03/2022 தீர்ப்பு வழங்கியுள்ளது, "ஹிஜாப் அணிவது இசுலாமிய சட்டப்படி அத்தியாவசிய விஷயமல்ல" மேலும் ஹிஜாப் வழக்கை முன்கூட்டி விசாரிக்க உச்சநீதிமன்றம் 24/03/2022 மறுத்துவிட்டது, ஆனால் மீண்டும் 13/07/2022 சுப்ரீம் கோர்ட்டில் மேல்முறையீடு ஏற்றப்பட்டது. ஆனால் ஹிஜாப் வழக்கு தொடர்ந்த மாணவிகள், "சொந்த நாடே எங்களுக்கு துரோகம் செய்துவிட்டதாக உணர்கிறோம்" சொந்த நாடு மட்டும் அல்ல…… நடைமுறையில் 28 நாடுகளும் துரோகம் செய்து விட்டார்கள்…… "ஹிஜாப் அணிவது இந்திய அரசியலமைப்பு சட்டம் என்றால், பசுவதை செய்வது பாகிஸ்தான் அரசியலமைப்பு சட்டமா? ஏன் என்றால்? இஸ்லாமிய நடைமுறைக்காக இந்திய அரசியலமைப்பு சட்டம் 14 மற்றும் 25' வது பிரிவின் கீழ் கேள்வி எழுப்புவீங்க, ஆனால் 48 'வது பிரிவு கீழ் இந்துக்களின் பக்திமுறைக்காக பசுவதை தடை சட்டம் புறம் தள்ளுவீங்க? இதுவும் இந்திய அரசியலமைப்பு சட்டம் தானே? மாடு உன் கடவுள் என்றால் நான் உன் கடவுளையே…தின்பவன்டா என ஜெய் பீம் பக்தன் பா.ரஞ்சித்- அறிவித்தாலும் கூட அம்பேத்கரின் பசுவதை தடை சட்டம்…Article 48 யே புறக்கணித்த பதிலுக்கு பதில்… அம்பேத்கர் உன் கடவுள் என்றால் நீயே உன் கடவுளையே… தின்பவன்டா!

ஹிஜாப் ஒரு அத்தியாவசிய இஸ்லாமிய நடைமுறையா? ஹிஜாப் இஸ்லாத்தின் வருகையுடன் உருவானது அல்ல, ஹிஜாப் போல முக்காடு அணிந்து பூசாரிகளை சித்தரிக்கும் சிலைகள் கி.மு. *2500*க்கு முந்தையவை. பண்டைய மெசபடோமியா மற்றும் பைசண்டைன், கிரேக்கம் மற்றும் பாரசீக பேரரசுகளில் உள்ள உயரடுக்கு பெண்கள் மரியாதை மற்றும் உயர் அந்தஸ்தின் அடையாளமாக ஹிஜாப் அணிந்தனர். பெண் அடிமைகள் மற்றும் விபச்சாரிகள் ஹிஜாப் போடுவது தடைச் செய்யப்பட்டது. அதனால்தான், உயர் அந்தஸ்தின் அடையாளமாக ஹிஜாபை அனுமதிக்க உயர்நீதிமன்றத்தில் வாதாடினார்கள். ஆனால் சவுதி அரேபியாவில் பொது இடங்களில் ஹிஜாப் அணிவது சட்டப்படி தேவையில்லை. **"காஷிஃப் ஏ ஹிஜாப்"** சட்டப்படி ஈரான் அரசு *08/01/1936* ல் ஹிஜாபை தடை செய்தது. *1941* ல் **'ரேசா ஷா'** பதவி விலகும் வரை, பல பழமைவாத பெண்கள் மோதல்களை தவிர்ப்பதற்காக தங்கள் வீட்டை விட்டு வெளியேறவில்லை, மேலும் சிலர் ஹிஜாப்களை அகற்றுவதைத் தவிர்க்க தற்கொலை செய்து கொண்டார்கள். பல புரட்சிகள் தொடர்ந்து, *1983* தண்டனை சட்டம், ஹிஜாப் ஷரி இல்லாமல் பொது இடங்களில் தோன்றும் பெண்களுக்கு *74* கசையடிகள் தண்டனையாக விதித்தது. மேலும் தற்போதைய தண்டனை சட்டம், அதன் வடிவத்தை குறிப்பிடாமல், பொது இடங்களில் ஹிஜாபை கடைப்பிடிக்க தவறியதற்காக அபராதம் அல்லது *10* நாட்கள் முதல் இரண்டு மாதங்கள் வரை சிறை தண்டனை விதிக்கப்பட்டது. சில சமயங்களில் ஹிஜாப் அணிந்த பெண்களை ஈரான் போலீசார் கைது செய்து வலுக்கட்டாயமாக கழற்றுவார்கள், ஆனால் *2002* ஆம் ஆண்டில் சவுதி மத போலீசார், ஹிஜாப் அணியாததால், தீ விபத்தில் சிக்கி இருந்த பள்ளி மாணவிகளை மீட்பதில் தடையாக இருப்பதாக சவுதி மற்றும் சர்வதேச

பத்திரிக்கைகள் குற்றம் சாட்டின, இதன் விளைவாக 15 பேர் இறந்தன. 2015 ஆம் ஆண்டில் உஸ்பேகிஸ்தான் உள்ள அதிகாரிகள் தலைநகர் 'தாஷ்கண்டில்' அழித்தல் பிரச்சாரத்தை ஏற்பாடு செய்தனர். இதன் போது ஹிஜாப் அணிந்த பெண்கள் தடுத்து வைக்கப்பட்டு காவல் நிலையத்திற்கு அழைத்து செல்லப்பட்டனர். ஹிஜாபை அகற்ற ஒப்புக்கொண்டவர்கள் ஒரு உரையாடலுக்குப் பிறகு விடுவிக்கப்பட்டனர், மறுத்தவர்கள் பயங்கரவாத எதிர்ப்பு துறைக்கு மாற்றப்பட்டு விரிவுரை வழங்கப்பட்டனர், ஆனால் இந்தியாவில், அதுவும் கர்நாடக மாநிலத்தில் உள்ள பியூ கல்லூரியில் உள்ள வகுப்பறையை காவல் நிலையம் போல் சித்தரித்து, **கேம்பஸ் பிரன்ட் அஃப் இந்தியா** போன்ற இயக்கங்கள் ஹிஜாப் அணிய போராடினார்கள். 2016 ல் கிர்கிஸ்தானிலும் பெண்கள் ஹிஜாப் அணிவதை தடுக்கும் நோக்கில் அரசாங்கம் தெரு பதாகைகளை ஸ்பான்சர்ஷிப் வழங்கியது. 2017 இல் முஸ்லீம் நாடான தஜிகிஸ்தான் ஹிஜாபை தடை செய்தது, மேலும் துனிசியா நாடான அரசு அலுவலகங்களில் பெண்கள் ஹிஜாப் அணிய 1981 லே தடை விதிக்கப்பட்டுள்ளது. இதன் தொடர்ச்சியாக ஆஸ்திரியா, பிரான்ஸ், பெல்ஜியம், டென்மார்க், பல்கோரியா, நெதர்லாந்து, ஜெர்மனி, இத்தாலி, ஸ்பெயின், ரஷ்யா, லெக்சம்பர்க், சுவிட்சர்லாந்து, நார்வே, கொசோவோ, போஸ்னியா மற்றும் ஹெர்சகோவினா, ஸ்லோவாகியா, அல்பேனியா, சைப்ரஸ், எஸ்டோனியா, லாட்வியா, சுவீடன், துருக்கி, போன்ற நாடுகளில் ஹிஜாபோபோஃபியாவும் அல்ல, மூகமூடி எதிர்ப்பு சட்டங்களும் அல்ல. இப்படி இந்தியாவை சேர்த்து மொத்தம் 29 நாடுகளும் ஹிஜாபை தடை செய்தது. அன்றே ரஷியாவில் உள்ள கம்யூனிஸ்ட் கட்சி தான் ஹுஜும் கொள்கைப்படி "பாலின சமத்துவமின்மை" எதிர்த்து மேலும் முஸ்லிம் பெண்கள் மதச் சுதந்திரம் அடைய, உலக மகளிர் தினத்தன்று தான் ஹிஜாபை எரித்தார்கள் *(08/03/1927)*

மகளிர் தினத்தன்று தான் ஹிஜாபை ஏரித்தார்கள், அப்போ முஸ்லிம்கள் மகளிர் தினத்தை தடை செய்வார்களா? அப்படி தடை செய்யும் மகளிர் தினத்தை திராவிடக் கட்சிகள் கொண்டாடுவார்களா பெரியாரே?

* * *

ஒன்றிய அரசு திராவிட அகராதியா?

வேதா – ஒன்றிய அரசு அகராதி பிழையா, அல்லது அதிகாரியின் பிழையா? அரசியலமைப்பு சட்டத்தில் ஒன்றிய அரசு என்று தான் உள்ளது...அதைக் குற்றமாக கருத வேண்டாம் என முதல்வர் மு.க.ஸ்டாலின் அவர்கள் சட்டசபையில் விளக்கம் அளித்துள்ளார், ஆனாலும் கூட அரசியலமைப்பு சட்டத்தில் *The Government of India, whose legal name is "Union of India" as Per Article 300 of the Indian Constitution.* அதாவது இந்திய அரசாங்கத்தின் சட்டபூர்வமான பெயர் தான் "யூனியன் ஆஃப் இந்தியா" அதுவும் இந்திய அரசியலமைப்பு சட்டம் *300* படி...அப்போ நம்ம தளபதி சொன்னது சரி தானே...இல்லை என்று தான் பதில்... ஏன் என்றால்? ஆங்கிலத்தில் **யூனியன் ஆஃப் இந்தியா** வின் கீழ் ஹிந்தி மொழியில் **"பாரத்தீய அதிராஜ்ஜிய"** என்று அச்சு தான் இருக்கும்...*1947* முதல் *1950* வரை...அப்படியே ஹிந்தி மொழியல் உள்ள பாரத்தீய அதிராஜ்ஜிய" தமிழ் அகராதியில் மொழிபெயர்ப்பு செய்தால்..."**பாரதப் பேரரசு**" என்று தான் பொருளே தவிர ஒன்றிய அரசு அல்ல... ஏன் என்றால்? யூனியன் **ஆஃப்** இந்தியா தான் இருக்குதே தவிர யூனியன் கவர்மென்ட் என்னும் "ஒன்றிய அரசு" சொல் நம்ம இந்திய அரசியலமைப்பு சட்டத்திலே கிடையாது. ஆனால் இந்த சட்டம் *1947* அதாவது *"Dominion Status"* என்னும் *"Union of India"* அந்தஸ்து பாரத தேசத்திற்கு வழங்கப்பட்ட நாளும்,...

நம்ம கலைஞர் பிறந்தநாள் ஜூன் மூன்றாம் நாள் ஒன்றாக வருவதற்காகவோ கலைஞர் அவர்களுக்கு பாரத ரத்னா விருது விரைவில் பாரதப் பேரரசு சார்பாக வழங்கப்படுமே தவிர ஒன்றிய அரசு சார்பாக அல்ல... *Central Government* என்ற சொல்லுக்கு மாற்றாக ஒன்றிய அரசு திராவிட அரசு பயன்படுத்தினாலும் கூட, ஒன்றிய அரசு சொல்லும் சரி...*Central Government* சொல்லும் சரி, இந்த இரண்டு சொல்லுமே நம்ம இந்திய அரசியலமைப்பு சட்டம் என *Constitution of India* ல கூட பயன்படுத்தியது இல்லை, அப்போ அரசியலமைப்பு சட்டத்தில் இல்லாத சென்ட்ரல் கவர்மெண்ட் என்ற சொல் நம்ம பாராளுமன்றத்தில் பில் பாஸ் பண்ண மட்டும் எப்படி பயன்படுத்துகிறார்கள்? நீட் தேர்வு சட்டம் பற்றி பார்த்தோம் என்றால் நீட் தேர்வு ரத்து செய்ய இந்திய அரசியலமைப்பு சட்டம் 300 படி நீட் தேர்வு தமிழ்நாட்டில் ரத்து செய்யலாம். ஏன் என்றால்? நீட் தேர்வு பற்றி *"The National Medical Commission Act 2019" Chapter IV Section14, Bill No 185 Lok Sabha 2019, 8'th August "The Gazette of India"* வில் செய்த தவறுகளை சுட்டி காட்ட விரும்புகிறேன்... *NMC Act 2019, Chapter ll Section 4(3)i* ல *One Person to represent the Ministry of the Central Government dealing with Health and Family welfare, not below the rank of Additional Secretary to the Government of India, to be nominated by that Ministry.* அப்போ மேல் உள்ள இடத்தில் *"Central Government"* கீழ் *"Government of India"* பணிபுரிய வேண்டும் என தவறான கருத்து காட்டுகிறது. அப்போ *Central Government* யார் என்ற கேள்வி எழுமே அதுவும் *சட்டத்தில் இல்லாத central Government என்ற சொல்லை சட்டத்தை இயக்க பாராளுமன்றத்தில் மட்டும் ஏன் பயன்படுத்துகிறார்கள்?* ஏன் என்றால்? *Central Government* என்ற சொல் *"The General Clauses Act 1897"* அதாவது பிரிட்டிஷ் சாம்ராஜ்யத்தில் இயற்றிய இந்த சட்டத்தின் அடிப்படையில் அமைந்த உலக வரைபடத்தில் பதிவேற்றிய *Central* என்னும் மத்தியில்

உள்ள நாடு இங்கிலாந்து, பிரிட்டன் மட்டும் தான், அதை நிரூபிக்கத்தான் *"British Empire in 1886 World Map"* 22 நாடுகளின் ஒப்புதலோடு உலக வரைபடம் 24/07/1886 வெளியிட்டார்கள். அதனால் தான் உலகத்துக்கே மத்தியில் உள்ள இங்கிலாந்து, பிரிட்டன் அரசு என்னும் பிரிட்டிஷ் அரசாங்கம் *Central Government* தன்னை உலக வரைபடத்தில் *1886* இல் பதிவு செய்து *11/03/1897* இல் *"The General Clauses Act No X Section III Definition No Vlll Central Government* என்ற *British Empire* தன்னையே அறிவித்தார்கள். இதை சரி செய்ய இந்தியன் அரசாங்கம் *31/08/1956 The Constitution Seventh Amendment Act* படி *Article 239, Article 243, Article 258, The General Clauses Act 1897* கூட சேர்த்துக் கொண்டார்கள், ஆனால் *Article 300* மட்டும் சேர்த்துக்கொள்ள முடிய வில்லை, ஏன் என்றால் *The Government of India, whose Legal name is "Union of India" as per Article 300 of the Indian Constitution"* அதாவது இந்தியன் அரசாங்கத்தின் சட்டத்தை இயற்ற "யூனியன் ஆஃப் இந்தியா" என்ற சொல் தான் பயன் படுத்த முடியும் *Article 300* படி... மேலும் நீட் தேர்வு ரத்து செய்ய இந்திய அரசியலமைப்பு சட்டம் 300 படி யூனியன் ஆஃப் இந்தியா அல்லது *Government of India* சட்டத்தை இயற்றலாம், ஆனால் திருத்தம் செய்யாத *Central Government* என்னும் பிரிட்டிஷ் அரசாங்கம் வந்து எப்படி நீட் தேர்வு தமிழகத்தில் நடத்த சொல்லலாம்?

* * *

ஈழத்தை ஏலம் விட்ட ஈ வெ. ரா!

தந்தை பெரியார் இலங்கைக்கு 1932 ஆம் ஆண்டு அக்டோபர் 17'தேதி இலங்கை விஜயம் செய்தார். இலங்கையில் அவர் தனது தோழர்களுடன் கொழும்பு, கண்டி, நாவலப்பிட்டி, ஹட்டன், யாழ்ப்பாணம், பருத்தித்துறை போன்ற இடங்களுக்கு சென்று பாரிய பெருங் கூட்டங்களில் உரையாற்றினார். மேலும் **ஈ வெ. இராமசாமி யின் இலங்கை உபன்யாசம்** என்ற நூல் 1942 க்கு பின்னர் குடி அரசு பதிப்பகம்...உபன்யாசம் என்கிற சமஸ்கிருத சொல்லை தவிர்த்து......**தந்தை பெரியாரின் இலங்கை பேருரை** என்கிற தலைப்பில் நூலை வெளியிட்டார்கள். சுபவீ எழுதும் போராட்டங்கள் – ஈழ ஆதரவுப் போராட்டம் 1944 இல் முதன்முதலில் குரல் கொடுத்தவர் அன்றைய தென் ஆற்காடு மாவட்டத்தைச் சேர்ந்த டாக்டர் எஸ். பொன்னையா என்னும் ஒரு தமிழர் என்பது ஒரு வியத்தகு செய்தி. அவர் ஆளுநர் ஸ்டான்லிக்கு எழுதிய கடிதத்தில், விடுதலை கொடுக்கும் போது, தமிழர், சிங்களர் என்னும் இரு இனத்திற்குமாகச் சேர்த்து, ஒரு நாட்டை அளித்துவிட்டு போய் விடக்கூடாது என்றும் ஈழத்தை தனி நாடாக அறிவிக்க வேண்டும் என்றும் கோரியிருந்தார். அக்கடிதத்தின் நகலை ஆக்ஸ்போர்டு பல்கலைக்கழக முன்னாள் பேராசிரியர் பற்றிமாகரன் வெளியிட்டுள்ளார். தமிழ் மாணவர் அமைப்பு, தமிழ்ஈழ விடுதலை இயக்கம், தமிழ் ஈழ விடுதலைப் புலிகள், ஈழப் புரட்சிகர அமைப்பு, ஈழ மக்கள் புரட்சிகர விடுதலை முன்னணி, தமிழ் மக்கள்

விடுதலை இயக்கம் போன்ற இயக்கங்களை திராவிடர் விடுதலை கழகம் தலைவர் கொளத்தூர் மணி தலைமையில் **மேஜர் கிண்ணி – ஒரு புலி வீரனின் போர் அனுபவம்** என்ற நூலை வெளியிட்டார். உலகத் தமிழரின் தாகம் – தமிழ் ஈழ தாயகம் ஆனால் உலகத் திராவிடரின் தாகம் – திராவிட நாடு...இப்படி முரண்பட்ட கருத்துக்களே உள்ள திராவிட கொள்கையால் முடக்கப்பட்ட திராவிட நாடால் ஏலம் போனது ஈழ நாடு! **அது எப்படி, ஏற்கனவே தமிழர்கள் பிரிவினைவாதி அதுவும் தனி திராவிட நாடு கோரிக்கையாக பெரியார் முத்திரை பதித்த விளைவு காரணமாகத்தான் ஈழம் குரல் எழவில்லை** *India does not have a National Refugee Law,* ஆனாலும் கூட திருச்சி சிறப்பு முகாம் எந்த சட்ட விதி படி இயங்கது தெரியுமா உங்களுக்கு, அது *The Foreigners Act, 1946 Act No.31/1946, 23'rd Nov 1946, Section 14A – Penalty for entry in restricted Area.* ஆனால் தடை செய்ய பட்ட இடத்தில் தண்டம் தான் கட்ட சொன்னார்கள் தவிர திருச்சி சிறப்பு முகாமில் தண்டனை வழங்க வேண்டும் என எந்த சட்டமும் குறிப்பிட வில்லை.

Section 14A(b) – Enters into or stays in any area in India without the valid documents……

Section 2(a) – Foreigner means a person who is not citizen of India.

ஆனால் *30/10/1964* ல் சிறிமாவோ சாஸ்த்திரி ஒப்பந்த படி *9,75,000* ஈழ தமிழர்களில் *3,00,000 IOTs Ratio 7:4* படி இலங்கையில் கூட குடியுரிமை வழங்கப்பட்டது, ஆனால் *5,25,000* ஈழத் தமிழர்களுக்கு இந்தியாவில் குடியுரிமை வழங்கப்படும் மீதம் உள்ள *1,50,000* பேர் பிறகு பரிசீலிக்கப்படும்...எப்படி வண்ணான் வீட்டு நாய் வாய்க்காலுக்கு வராது, வீட்டுக்கும் திரும்பாது...அதேப்போல ஈழத் தமிழர்கள் இந்தியாவுக்கும் ஆகாது, இலங்கைக்கும் திரும்பாது.

ஆனால் இதே *The Foreigners Act, 1946* படி, *1947 Partition of India* வில் பாதித்த *60* லட்சம் சீக்கியர்களுக்கு இந்திய குடியுரிமை வழங்ப்பட்டிருக்கிறது, அப்போ மட்டும் *1946 Foreigner Act 1947 Partition of India* வின் மேல் ஏன் பாயவில்லை?

காலிஸ்தான் கேட்ட 60 லட்சம் சீக்கியர்களுக்கு இந்தியாவில் குடியுரிமை வழங்கப்பட்டது, ஆனால் தனி ஈழம் கேட்ட 10 லட்சம் தமிழர்களுக்கு மட்டும் தமிழகத்தில் உள்ள அகதி முகாம்களில் கூட இடமில்லை... ஏன் என்றால்?

சிறிமாவோ சாஸ்திரி ஒப்பந்தத்தில் கூட *IOTs (Indian Origin Tamils)* என்ற சொல் பயன்படுத்த வில்லை, ஆனால் வெளியுறவு துறை அமைச்சகத்தில் உள்ள இணையதளத்தில் *Brief on India – Srilanka Relations – Indian Community 1'st July 2021* *"Persons of Indian Origin* க்கு பதிலாக *People of Indian Origin PIOs Comprise Sindhis Borahs Gujaratis Memons Parsis Malayalis and Telugu Speaking Persons who have settled down in Srilanka (Most of them after Partition) and are engaged in various business Ventures. Though their numbers 10,000 approximately are lesser Compared to Indian Origin Tamils IOTs.*

தெலுங்கு மலையாளம் பேசுபவர்கள் *People of Indian Origin PIOs* ஆனால் தமிழ் பேசுபவர்கள் மட்டும் *IOTs Indian Origin Tamils...*அப்படி என்றால், *PIOs* நடத்தும் தீவிரவாத தாக்குதல் *Kashmir Exodus Day 19/01/1990* ஆனால் *IOTs* நடத்தும் தீவிரவாத தாக்குதல் *Anti Terrorism Day*.

விநோதய சித்தம் என்னவென்றால்...*Anti Terrorism Day 19* ஜனவரி *1990* க்கு பதிலாக *21* மே *1991* இல் ஏன் அறிவித்தார்கள்?

Live ல உள்ள *PM* இந்திரா காந்தி இறப்புக்கு கூட அறிவிக்காத *Anti Terrorism Day Ex PM* ராஜீவ் காந்திக்கு மட்டும் ஏன் அறிவித்தார்கள்?

எப்படி *Ceylon Citizenship Act, No 18/1948* படி *An Alien* கூறி ஈழ தமிழர்களின் குடியுரிமை பறிக்கப்பட்டதோ, அதேப்போல *IOTs* கூறி இந்தியாவில் வாழும் இந்திய தமிழர்களின் குடியுரிமை பறிக்கப்படும்...*So, Ban IOTs* மோடி ஜி அவர்களே!

ஏன் என்றால்? தமிழ்நாடு அரசு போக்குவரத்து கழகத்தில் ஊழியர்கள் எப்படி தன் சம்பளத்துக்கு போராடுகிறார்கள், அப்படித்தான் ஒர் நாள் இந்திய தமிழர்கள் தன் குடியுரிமைக்கு போராடுவார்கள், இலங்கையில் அல்ல இந்தியாவில் தான் மோடிஜி அவர்களே! *So, Ban IOTs in India.*

தமிழ் தாயை கொச்சைப்படுத்தினார்கள், தந்தை பெரியார் பெயரை வைத்து, தமிழ் தாத்தாவை கொச்சைப்படுத்தினார்கள், தந்தை பெரியார் எழுத்தை வைத்து!

கலைஞர் பேனாவுக்கு, பதிலாக மேதகு வேலுப்பிள்ளை பிரபாகரனின் சிலை கடலில் வைத்தால் கடல் அலைகள் கூட தமிழீழம் மண்ணுக்காக போராடும்!

கவிஞர் வேதா

* * *

சோழர்களின் குலதெய்வம் மோடி!

தமிழ் அகராதியில் மோடி என்றால் மூத்தாதேவி தான் பெரியாரே? ஏன் என்றால்? மூத்தா தேவி என்பது **மோடி,** ஜேஷ்டா, கேட்டை, சேட்டை, பழையோள், தவ்வை, அலட்சுமி, மாமுகடி, காக்கை கொடியாள், ஏகவேணி, இப்படி 14 வகையான பெயர்களில் தான் நம் முன்னோர்கள் வழிபட்டார்கள். அதுவும் சேர சோழ பாண்டிய மன்னர்களின் குல தெய்வமாகவும் திகழ்ந்தது. மூத்தா தேவி லட்சுமி தேவியின் மூத்த அக்காளும், மேலும் நீதிதேவன் சனீஸ்வரனின் மனைவி தான் நீதிதேவதை மூத்தாதேவி தன் குழந்தைகள் மாந்தேஸ்வரன் மாந்திஸ்வரி என தமிழகத்தில் உள்ள சிலையில் அருள் பாலிக்கிறார். மேலும் சனி நீராடு எப்படி எண்ணெய் குளியல் பற்றி குறிப்பிட்டாலும் கூட எண்ணெய் வியாபார ஜாதியில் பிறந்த தேளி பனியா தான் பிரதமர் மோடி, அந்த மோடி தான் சனீஸ்வரரின் மனைவி...... மோடி என்னும் நீதி தேவதை என மூத்தா தேவி.

திருக்குறள் மீது பிரதமர் மோடி ஆழ்ந்த பற்றுக்கொண்டுள்ளார். அதே திருக்குறள் மோடி பற்றி சொல்வது என்னவென்றால்:-

"மடியலான் மாமுகடி என்ப மடியிலான் தாளுலான் தாமரையினால்" – 617 குறள்

வேதா - மடியலாள் – மடிந்தவர்கள்,

மாமுகடி – மா மோடி, மூத்தா தேவி என்னும் நீதி
தேவதை.

மடியிலான் – மடியாதவன்,

தாளுலான் – தாள் உலான்,

தாமரையினால் – தாமரையின் மேல்,

நீதி தேவதைக்காக மடிந்தவர்கள் என்றும், தாமரையில்
தங்கும் திருமகளுக்காக மடியமாட்டார்கள்!

(617 குறள்)

ஆனாலும் கூட, மாமுகடி என்னும் மோடியை பற்றி திராவிட
திருக்குறளின் விளக்கம்:-

சோம்பேறி உள்ளவனிடம் மூதேவி தங்குவாள், சோம்பேறி
அல்லாதவனிடம் மகாலக்ஷ்மி தங்குவாள். தமிழ் வேதம்
திருக்குறளில் இந்த விளக்கம் தான் மூத்தா தேவியின்
வழிபாடு இழிப்பாடாகி விட்டது. ஏன் என்றால்?
அதனால்தான், மோடி மஸ்தான் வேலை பெரியார்
மண்ணில் பலிக்காது என மு.க.ஸ்டாலின் *21/03/2021* அன்று
திருமங்கலம் தேர்தல் பிரச்சாரத்தில் பேசியுள்ளார். மேலும்
மோடியை வீட்டுக்கு அனுப்ப தமிழக திராவிட மாடல்
ஆட்சிதான் தேவை என காங்கிரசுக்கு அட்வைஸ்களை
வாரி வழங்கிய கி.வீரமணி......இப்படிப்பட்ட வீரமணி
போன்றவர்களின் அறிவுரைகளை நம்பி திருக்குறளை
மேற்கொள்காட்டி திராவிட கட்சிகள் ஆட்சியில் தான்
5000க்கும் மேற்பட்ட மூத்தாதேவி யின் சிலைகள்
மூதேவி...**மோடி** என்ற சொற்களில் வஞ்சித்து கோவில்
இருந்து வெளியே வீசப்பட்டது......அதனால்தான் *Mundane*
Astrology படி மோடி அலை தமிழகத்தில் வீசவில்லையோ,

பெரியாரே? ஆனாலும், சங்க காலத்தில் இருந்தே தமிழர்கள் வழிபட்ட குலதெய்வம் தான் மோடி! அப்போ சங்கத் தமிழர்கள் தான் சங்கியாப் பெரியாரே?

* * *

பெரியாரே? ஆனாலும், சங்க காலத்தில் இருந்தே தமிழர்கள் வழிபட்ட குலதெய்வம் தான் மோடி! அப்போ சங்கத் தமிழர்கள் தான் சங்கியாப் பெரியாரே?

தந்தை பெரியார்
தலைமையில் குழந்தை
திருமணம் !

திராவிடர்
என்றால்
சூத்திரன்,
அப்போ
திராவிட
சிசு ஆதி
சங்கரர் யார்
பெரியாரே ?

9 798888 759126